தமிழ்த் தென்றல்
திரு.வி.க.

ஆசிரியர் :
சூர்யராஜன்

சுரா பதிப்பகம்
An imprint of Sura Books (Pvt) Ltd.
(ISO 9001 : 2000 சான்றிதழ் பெற்ற நிறுவனம்)

சென்னை

விலை ரூ.**40.00**

Tamizh Thendral Thiru.Vi.Ka.

Published in arrangements with
Uma Publications

© வெளியீட்டாளர்கள்

முதற் பதிப்பு : ஜனவரி, 2008

அளவு : 1/8 கிரவுன்

பக்கங்கள் : 88

விலை: ரூ.40.00

ISBN: 978-81-8449-209-5

(வெளியீட்டாளரின் எழுத்து மூலமான அனுமதி இன்றி இப்புத்தகத்தை மறுபதிப்புச் செய்யவோ, வேறு மொழிகளில் மொழிபெயர்க்கவோ, அச்சடிக்கவோ, போட்டோகாபி செய்யவோ கூடாது)

சுரா பதிப்பகம்
[An imprint of Sura Books (Pvt) Ltd.]

தலைமை அலுவலகம்:
1620, 'ஜே' பிளாக்,
16-வது பிரதான சாலை,
அண்ணா நகர்,
சென்னை-600 040.
☎ 91-44-26162173, 26161099

கிளை அலுவலகம்:
XXXII/2328, நியூ கலாவத் சாலை,
பி.எஸ்.என்.எல். எதிரில்,
சென்னொத் கிளாஸ் அருகில்,
பலாரிவட்டம், எர்ணாகுளம் - 682025.
☎ 0484-3205797

டி. கிருஷ்ணா பிரஸ், சென்னை-600 102ல் அச்சடிக்கப்பட்டு,
சுரா பதிப்பகத்திற்காக [An imprint of Sura Books (Pvt) Ltd.]
1620, 'ஜே' பிளாக், **16**-வது பிரதான சாலை, அண்ணா நகர், சென்னை - **600 040**ல்
திரு. வீ.வீ.கே. சுப்புராசு அவர்களால் வெளியிடப்பட்டது.
தொலைபேசி எண்கள்: **91-44-26162173, 26161099.** தொலைநகல்: **(91) 44-26162173.**
e-mail: enquiry@surabooks.com website: www.surabooks.com

01 08 1500

முன்னுரை

தமிழ்த் தென்றல் திரு.வி.க. சிறந்த தேசபக்தர்.

அவர் தமிழ் உரைநடைக்குப் புதிய பொலிவையும், வலிமையும் சேர்த்தவர். 'நவசக்தி', 'தேசபக்தன்' இதழ்களின் மூலமாக நாட்டு மக்களிடம் விடுதலை வேட்கையை ஊட்டி வளர்த்தவர். தமிழ்நாட்டில் தொழிலாளர் இயக்கத்தைத் தொடங்கி வளர்த்த முன்னோடி.

மிகச் சிறந்த எழுத்தாளர்; மிகச் சிறந்த பேச்சாளர். கல்வி, அரசியல், கலை, பெண்கள் முன்னேற்றம் என அனைத்துத் துறைகளிலும் சீர்திருத்தக் கருத்துக்களை முன் வைத்து அவை செயல்வடிவம் பெற உழைத்தவர்.

மதநல்லிணக்கத்தை நடைமுறைப்படுத்திக் காட்டினார். அனைத்துச் சமயங்களிலும் தோர்ந்து, திளைத்து, சன்மார்க்க நெறி தழைத்தோங்கப் பாடுபட்டார்.

அவரது வாழ்க்கை இளைஞர்களுக்கு ஆக்கமும், ஊக்கமும், ஆற்றலும் தரக்கூடியது. அவருடைய வாழ்க்கை வரலாற்றின் எளிய வடிவம் இந்தச் சிறு நூல்.

இந்த நூலை எழுதும் நல்வாய்ப்பினை எனக்களித்த மலேசியா, உமா பதிப்பக உரிமையாளர் திருமிகு. ஆ. சோதிநாதன் ஐயா அவர்களுக்கு என் நெஞ்சார்ந்த நன்றியறிதலைத் தெரிவித்து கொள்கிறேன். நூல் முயற்சியில் துணை நின்ற திரு. குணத்தொகை அவர்களுக்கு என் நன்றி!

அன்புடன்

சூர்யராஜன்

பதிப்புரை

"நல்லாரைக் காண்பதுவும் நன்றே நலமிக்க
நல்லார்சொற் கேட்பதுவும் நன்றே - நல்லார்
குணங்க ளுரைப்பதுவும் நன்றே அவரோ
டிணங்கி யிருப்பதுவும் நன்று" (மூதுரை : ஔவையார்)

நல்லார் காலந்தோறும் பிறந்து இந்த உலகிற்கு அருஞ்செயல்கள் ஆற்றிவிட்டுச் சென்றிருக்கின்றனர். இவர்களுள் சிலர் சென்ற நூற்றாண்டிலே வாழ்ந்தவர்கள்தாம். நமது அக்கறையின்மையின் காரணமாக அவர்களைப் பற்றிய முழுமையான வாழ்க்கைக் குறிப்புகளை நாம் சேகரிக்காமல் விட்டுவிட்டோம். நல்லார் பெருமைகள் என்றென்றும் நிலைத்து நிற்க ஒரே வழி அவர்களுடைய வலாற்றை எழுதி வைக்க வேண்டும். தவிர, அந்த வரலாறுகளை இளையோர் விரும்பிப் படித்துப் புரிந்து கொள்ளும் நடையில் அவை எழுதப்படவும் வேண்டும்.

இந்த எண்ணத்திற்குச் செயல் வடிவம் தரும் முயற்சியில் உமா பதிப்பகம் ஈடுபட்டுள்ளது. முதல் முயற்சியாக தமிழ்த் தென்றல் திரு.வி.க. அவர்களின் வாழ்க்கை வரலாற்றை வெளியிடுகின்றோம். இவருடைய வாழ்க்கை வரலாற்றை முழுமையாகத் தொகுத்திடின் அதைப் பல நூல்களாக வெளியிட நேரிடும். ஆயினும், உமா பதிப்பகத்தின் நோக்கம் அத்தகைய சான்றோர்களின் வாழ்க்கைக் குறிப்புகளையும் செறிவான முறையில் குறைந்த பக்கங்களாகக் கொண்ட ஒரே நூலில் இளையோர் விளங்கிக் கொள்ளும் நடையில் அளிப்பது ஆகும். தமிழ்த் தென்றல் திரு.வி.க. என்னும் இந்நூல் அந்த நோக்கத்தின் முயற்சியேயாகும்.

எங்களின் நோக்கத்தை நிறைவேற்றும் வகையில் திரு.வி.க. அவர்களின் வரலாற்றை மிகச் சிறந்த முறையில் எழுதியுள்ள திரு.சூர்யராஜன் அவர்களுக்கு உமா பதிப்பகத்தின் சார்பில் நன்றியைக் கூறிக்கொள்கிறேன்.

ஆ. சோதிநாதன்
பதிப்பாசிரியர்

பிறப்பும், வளர்ப்பும்

'**த**மிழ்த் தென்றல்' என்று தமிழ்க் கூறும் நல்லுலகால் அன்புடன் அழைக்கப்பட்ட திரு.வி. கல்யாணசுந்தரனார் சென்னையை அடுத்த போரூருக்கு அருகிலுள்ள துள்ளம் என்னும் சிற்றூரில் 26.8.1883 அன்று பிறந்தார்.

தந்தையார் பெயர் விருத்தாசலம். தாயார் பெயர் சின்னம்மாள். இவர்களின் ஆறாவது குழந்தையாக அவர் பிறந்தார். எங்கு சென்றாலும் சொந்த ஊரை மறக்கலாகாது என்ற பங்காளிகளின் வற்புறுத்தலால் முன்னோரின் சொந்த ஊரான திருவாரூரை நினைவுறுத்தும் வகையில் திரு என்பதைப் பெயருக்கு முன் வைத்துக் கொண்டார். ஆனால், வட மொழி 'ஸ்ரீ'க்குப் பதிலாக 'திரு' பயன்படுத்தப்படுகிறது என்றெண்ணிய சிலர் ஸ்ரீ.வி.கலியாணசுந்தரம் என்றெழுதினராம். இத்தொல்லையை நீக்கும் பொருட்டு தம் நூல்களின் முகப்பில் திருவாளர் திரு.வி.க. என்று தம் பெயர் பொறிக்கப்படுவதாக அவர் விளக்கம் எழுதினார்.

சிறு வயதில் அவர் தாய்வழிப் பாட்டனார் வேங்கடாசலம் அவர்களிடம் திரு.வி.க. மிகுந்த செல்லம் கொண்டவர். இவருடைய குறும்புகளைப் பொருட்படுத்தாது தாத்தா இன்முகத்தோடு கொஞ்சுவார். சிறுவர்களை, உடன் சேர்த்துக் கொண்டு விளையாடுவார். பாம்புகளைத் துரத்துவதும், அவற்றைச் சிலர் பிடிப்பதை வேடிக்கை பார்ப்பதும் அவர்களின் பொழுதுபோக்கு.

திண்ணைப் படிப்பு

மணலில் அ, ஆ.... எழுதி, தந்தையார் படிப்பைத் தொடங்கி வைத்தார். அரிச்சுவடி, ஆத்திசூடி, கொன்றை வேந்தன், உலக நீதி போன்றவற்றைத் தந்தையார் சொல்லிக் கொடுத்தார். திரு.வி.க.வின் அண்ணன் உலகநாதனுக்கு ஓலையில் எழுதப் பயிற்றுவிக்கப்பட்டது. திரு.வி.க.விற்கு அதில் விருப்பமில்லை. கரும்பலகையில் எழுதவே அவர் விரும்புவார். தமக்கு ஓரளவு தெரிந்த ஆங்கிலத்தைக் கொண்டு தம் பிள்ளைகளுக்கு ஆங்கில எழுத்துகளையும் சொற்கள், சொற்றொடர்களையும் தந்தையார் கற்பித்தார்.

இந்நிலையில் பிள்ளைகளை உயர்நிலைப் பள்ளியில் சேர்க்கவும், பெண்களுக்குத் திருமணம் செய்யவும் திரு.வி.க.வின் தந்தை, தம் குடும்பத்தை சென்னை இராயப்பேட்டைக்கு மாற்றினார். அப்போது திரு.வி.க.விற்கு வயது ஏழு.

பள்ளிப் படிப்பு

திரு.வி.க. இராயப்பேட்டை 'ஆரியன் பிரைமரி' பாடசாலையில் இரண்டாம் வகுப்பில் சேர்க்கப்பட்டார். அவர் படிப்பில் முதல் மாணவராக விளங்கினார். அக்காலத்தில் இராயப்பேட்டை வாழைத்தோப்புகளால் நிறைந்திருந்தது. வாழை பயிரிடுவது பற்றி நன்கு அறிந்திருந்த திரு.வி.க. வகுப்பில் வைத்த கட்டுரைப் போட்டியில் 'வாழை' என்ற தலைப்பில் கட்டுரை எழுதினார். முதல் பரிசு பெற்றார். இதனால் அவர் பெயர் இராயப்பேட்டை முழுக்கப் பரவியது.

இராயப்பேட்டை வெஸ்லி கல்விச்சாலையில் 1894-இல் சேர்ந்து, நான்காம் படிவம் படித்தார். முதல் மாணவராக

விளங்கினார். சிறு வயதில் மிகவும் பருமனாக இருப்பார். பருமனைக் குறைப்பதற்காக ஒரு சாமியார் கொடுத்த மருந்து எண்ணெயைத் தந்தையார் வாங்கிக் கொடுத்தார். கடும் பத்தியம் இருக்க வேண்டிய மருந்து அது. நண்பர்களுடன் விளையாடச் சென்ற திரு.வி.க. பத்திய நினைவின்றி வடையைச் சாப்பிட்டுவிட்டார். ஓரிரு நாட்களில் பத்திய முறிவு தன் வேலையைக் காட்டியது. வலக் கையும், காலும் முடங்கின.

சித்த மருத்துவத்தில் நனி சிறந்து விளங்கிய அயோத்தித்தாசப் பண்டிதர் அவர்கள் மேற்கொண்ட கடும் மருத்துவத்தால் முடக்கு படிப்படியாக நீங்கியது. நோயில் ஓராண்டும், ஓய்வில் ஓராண்டும் கழிந்தது. பிறருக்குச் சுமையாக இருப்பதை நினைத்து மனம் நொந்தார் திரு.வி.க.

அதே நேரத்தில் தந்தையும் நோய்வாய்ப்பட்டார். தாயாருக்கும் வயிற்று நோய் வந்தது. வீட்டிலே பொருளியல் நெருக்கடி. அண்ணன் உலகநாதன் பள்ளிப்படிப்பை நிறுத்திக் கொண்டு அச்சுக்கூடத்தில் வேலைக்குச் சேர்ந்தார்.

உடல் நிலை தேறி நான்காண்டுகள் இடைவெளிக்குப் பின் **1898**-இல் வெஸ்லி கல்விச்சாலையில் நான்காம் படிவம் சேர்ந்தார் திரு.வி.க. தம் திறமையால் மீண்டும் முதல் மாணாக்கரானார். அதனால் வகுப்பு மாணவர்களுக்குச் சட்டாம்பிள்ளையாகவும் ஆனார்.

கதிரைவேல் பிள்ளை அறிமுகம்

திரு.வி.க. ஐந்தாம் படிவம் படிக்கையில் யாழ்ப்பாணம் நா. கதிரைவேல் பிள்ளை வெஸ்லி கல்லூரியில் தமிழாசிரியராகச்

சேர்ந்திருந்தார். அவருடைய சிறந்த பேச்சால் ஈர்க்கப்பட்ட திரு.வி.க.வும் வேறு சில மாணவர்களும் அவருடன் நெருங்கிப் பழகினார்கள். மெட்ரிகுலேசன் படிப்பை நெருங்குகையில் திரு.வி.க.விற்குப் படிப்பின் மீதிருந்த ஆர்வம் ஏனோ குறையலாயிற்று. அந்தச் சமயத்தில் கதிரைவேல் பிள்ளை மீது இராமலிங்க அடிகளார் சார்பில் ஒரு வழக்கு தொடரப்பட்டது. அந்த வழக்கு விசாரணையைப் பார்ப்பதற்காகப் பலரும் நீதிமன்றம் செல்வார்கள். திரு.வி.க.வும் தம் நண்பர்களுடன் அடிக்கடி வழக்கு விசாரணையைப் பார்க்கப் போய்விடுவார்.

கதிரைவேல் பிள்ளை, தம்மைத் தாக்கியதாக வேறொருவர் தொடுத்த வழக்கில் திரு.வி.க. ஒரு சான்றாளராகச் சேர்க்கப்பட்டார். சான்று கூறும் நாள் அவருக்கு ஆறாவது படிவத் தேர்வு நாள். ஆசிரியருக்காகச் சான்று சொல்லப் போனதால், தேர்வு நேரத்துக்குத் திரும்ப முடியவில்லை. தேர்வு எழுத முடியாமல் போனது.

அதனால், முதல் மாணாக்கராக விளங்கிய திரு.வி.க. தோல்வியைத் தழுவினார். மனம் வெறுத்து, கோயிலே கதி என்றும் தேவாரம், திருவாசகமே வழி என்றும் மாறிப்போனார். பின்னர் உறவினர் ஒருவரின் வற்புறுத்தலினால் 'வணிகக் கல்விப் பள்ளி'யில் சேர்ந்து 'கணக்கியல்' பயின்று தேறினார்.

தமிழ்க் கல்வி

கதிரைவேல் பிள்ளையிடம் தமிழ்ப் பயின்று வந்த திரு.வி.க. அவருடைய மறைவுக்குப் பிறகு சுவாமிநாத பண்டிதர் என்பவரிடம் பாடம் கேட்கச் சென்றார். திரு.வி.க.வின் அறிவு, பொதுநோக்கு முதலியவற்றின் காரணமாக பண்டிதர் இவரை மாணவராக நினைக்காமல் நண்பராகவே நடத்தினார்.

பின்னர் மயிலை மகாவித்துவான் தணிகாசலத்திடம் தமிழ் பயின்றார். திருவருட்பயன், சிவப்பிரகாசம், சிவஞானபோதம் போன்ற நூல்களை அவரிடம் பாடம் கேட்டார். பிறகு, சிதம்பர முதலியார் என்பாரிடம் சேர்ந்து கழக (சங்க) இலக்கியங்களைக் கற்றார்.

சித்தாந்தம், வேதாந்தம் என்று அனைத்தையும் கசடறக் கற்றார் திரு.வி.க. அயோத்திதாசப் பண்டிதர் நடத்திய 'சாக்கிய பௌத்த சங்க'த்தில் நிகழ்ந்த உரைகள் மூலம் திரிபிடகமும் பௌத்தக் கல்வியும் கற்றார்.

தேவாரத்தையும் நாலாயிரத்தையும் சைவ வைணவ நூல்களாகப் பார்க்காமல் அவற்றைக் 'கவிக்களஞ்சியங்கள்' என்று குறிப்பிடுகிறார் திரு.வி.க. இலக்கிய, சமய ஈடுபாடு மட்டுமின்றி ஓவியத்திலும் அவருக்கு ஆர்வம் உண்டு. "வெறும் புறத் தோற்றத்தை மட்டும் உணர்த்துவது ஓவியமாகாது. அது அகநிலையையும் உணர்த்துவதாயிருத்தல் வேண்டும்" என்பது அவர் கருத்து.

இசையை முறையாகப் பாடம் கேட்க முயன்று முடியாமல் போனாலும், 'இறையும் இயற்கையும் இசைமயமாக உள்ளன' என்று அவர் ஓரிடத்தில் குறிப்பிடுகிறார். அவர் காலத்திய இசைவாணர்களில் சரபசாஸ்திரியாரின் குழலோசை, திருச்செந்தூர் சண்முகவடிவின் பாட்டு, காஞ்சிச்செல்வம் நைனா பிள்ளை, சுந்தரமூர்த்தி ஓதுவார் ஆகியோரின் இசைப் பாடல்கள் எனப் பலரது இசைத்திறமையைப் போற்றி எழுதியிருக்கிறார்.

இயற்கை மீது மாறாத காதல் அவருக்குண்டு. கதிரவன், கடல், வானம், முகில், நீர், பறவைகள் என அனைத்தையுமே

தோழமையுடனும், குழந்தைத் தன்மை மாறாத வியப்புடனும் பார்க்கிறார்; நட்பு கொள்கிறார். ஒரு புத்தகத்தின் முன்னுரையில் "தமிழ் எது? மொழியா? நாடா?" என்று கேள்வி கேட்டு "தமிழ் வாழ்க்கை என்பது இயற்கையோடு இயைந்து வாழ்வது!" என்று விடையும் சொல்கிறார்.

இலக்கிய நடையும், இதழியல் நடையும்

இதழியல் துறையில் பணியாற்றும் இலக்கிய படைப்பாளர்களின் நடை நீர்த்துப் போய் விடுமென்று ஒரு பொதுக்கருத்து உண்டு. அதற்கு மாறான ஒரு கருத்தை முன் வைக்கிறார் திரு.வி.க.

சங்க நூல்களின் சொற்றொடர்களையும் பழைய உரையாசிரியர்களின் வாக்கியங்களையும் நிரப்பி, தாம் எழுதிய காலமொன்று உண்டெனவும், அந்தக் காலகட்டத்தில் வெறும் துண்டு வெளியீடுகளும் நன்றி அறிக்கைகளுமே தம்மால் எழுதப்பட்டன எனவும் வெளிப்படையாக ஒப்புக் கொள்கிறார்.

அது மட்டுமின்றி, 1917-இல் இதழியல் துறையில் நுழைந்த பின்னரே தமக்கென ஒரு நடை அமைந்ததாகவும், அதற்குப் பின்னரே தம்முடைய பெரும்பாலான நூல்கள் எழுதப்பட்டன என்றும் குறிப்பிடுகிறார். திரு.வி.க. எழுதிய 56 நூல்களில் 50க்கு மேற்பட்டவை 1917-க்குப் பின்னர் எழுதப்பட்டிருக்கின்றன.

கவியரசர் கண்ணதாசன், தம்முடைய உரைநடைக்குத் தூண்டுகோலாகத் திரு.வி.க.வின் எளிய, இனிய, சிறு சிறு சொற்றொடர்களால் ஆன நடையைக் குறிப்பிட்டுள்ளார் என்பது குறிப்பிடத்தக்கது.

வேலைக்குச் செல்லுதல்

திரு.வி.க.வின் தந்தையார் இறந்த பிறகு ஊரிலிருந்து நெல் வருவது நின்றது. வீட்டிலே வைத்து அரிசி, பருப்பு, கொள் முதலியவற்றைச் சிறிய அளவில் அவருடைய தாயார் வாணிகம் செய்யத் தொடங்கினார். அண்ணன் அச்சுக்கூடத்தில் வேலை பார்த்தார். வருமானம் போதவில்லை.

திரு.வி.க. வேலைக்குப் போகாதது பற்றி ஊரார் குற்றம் சொல்லத் தொடங்கினர். அவருக்கோ நூல்களைப் படிக்கவும், ஆராய்ச்சியில் காலம் கழிக்கவுமே விருப்பம். குடும்பப் பொருளியல் சூழல் அவரை வேலைக்குப் போக நெருக்கியது. உறவினரின் ஒரு சில முயற்சிகளுக்குப் பிறகு, ஸ்பென்சர் கம்பெனியில் 'காட்லாக்' என்னும் அட்டவணைப்படுத்தல் பிரிவில் வேலை கிடைத்தது. அதிகாரி நல்லவர். ஓய்வு நேரமும் அதிகம். அந்த ஓய்வு நேரத்தைப் படிக்கவும், எழுதவும் பயன்படுத்திக் கொண்டார் திரு.வி.க.

அந்தச் சமயம் வங்காளப் பிரிவினையை ஒட்டி நாடு முழுவதும் 'சுதேசிய இயக்கம்' எழுச்சியுடன் வளர்ந்தது. கடற்கரை கூட்டத்தில் விபின்சந்திரபாலர் ஆற்றிய சொற்பொழிவு திரு.வி.க.வை உலுக்கியது. அரவிந்தரால் நடத்தப் பெற்ற 'வந்தே மாதரம்' இதழை வரவழைத்தார்.

பணி நேரத்துக்கு முன்பே, அலுவலகம் சென்று இதழ்ச் செய்தியைத் தம்முடன் பணியாற்றும் ஊழியர்களுக்குப் படித்துக் காட்டுவார்; நாட்டு நடப்பை விளக்குவார். இச்செய்தி நிர்வாகத்துக்குத் தெரிந்தது. அந்த நிறுவனம் ஆங்கிலேயனுடையது. நிறுவனத்தார் திரு.வி.கவை அழைத்து எச்சரித்தார்கள். சினம் கொண்ட திரு.வி.க. தம் பணியைத் தூக்கி

எறிந்தார். இவ்வாறு ஸ்பென்சர் கம்பெனி வேலை 1908-இல் முடிவுக்கு வந்தது.

பின்னர் தம் அண்ணனுடன் சேர்ந்து சிறிய அச்சுக்கூடம் தொடங்கினார். திருமந்திரம் பதிப்பிக்கப் பெற்றது. திரு.வி.க.வின் சிறப்புக் குறிப்புகளுடன் பெரியபுராணம் வெளியிடப்பட்டது. வெளியார் வேலைகளையும் அச்சிட்டுக் கொடுத்தனர். எனினும், இரண்டு ஆண்டுகளில் பெரிய இழப்பு ஏற்பட்டது. தாயாரின் நகைகளும், கணிசமான தொகையும் இழப்பாயின. அச்சுக்கூடம் விற்கப்பட்டது. குடும்பம் பெரும் துன்பத்துக்கு உள்ளாயிற்று. திரு.வி.க. கடும் மன உளைச்சலுக்கு ஆளானார்.

ஆசிரியப் பணி

பின்னர் 1910-இல் ஆயிரம் விளக்கு வெஸ்லியன் பள்ளியில் ஆறாம் வகுப்பு ஆசிரியராக வேலையில் அமர்ந்தார். தலைமை ஆசிரியர் ஜான் ரத்தினம் அவர்கள் தமிழ் மீது மிகுந்த பற்றுள்ளவர். திரு.வி.க.-வின் தமிழ்ப்புலமை அறிந்து அவரை வெகுவாக ஆதரித்தார்.

திரு.வி.க.வின் வருவாயைச் சிறிது அதிகரிக்கும் எண்ணத்துடன் 'வெஸ்லியன் தொழிற்பயிற்சி நிலையம்' என்ற அமைப்பு தலைமையாசிரியரால் தொடங்கப்பட்டது. அங்கே மாலை நேரத்தில் 'வணிகக் கணக்கியல்' கற்பிக்கும் ஆசிரியரானார் திரு.வி.க. தலைமையாசிரியரின் அன்பின் காரணமாக ஆறாண்டுகள் அந்தப் பள்ளியில் கடுமையாக உழைத்தார்.

பள்ளியில் ஆய்வு நடத்த வந்த ஓர் ஆய்வாளர் தம் அதிகாரச் செருக்கை திரு.வி.க. அவர்களிடம் காட்டினார். திரு.வி.க. தகுந்த

பதிலடி தந்தார். தலைமை ஆசிரியர் தந்த தெளிவுரையால் பகை தளர்ந்தது. ஆய்வாளர் மன்னிப்பு கேட்டார்.

திருமணம் செய்து கொள்வதற்கு மறுப்பு கூறி வந்த திரு.வி.க.வை மடத்துக்கு அனுப்ப மூத்தவர் ஒரு முயற்சி செய்தார். ஜான் இரத்தினம் அவர்கள் அதைத் தடுத்து திருமணம் செய்ய திரு.வி.க.-வை ஒப்புக் கொள்ள வைத்தார். தம் வீட்டு நகைகளையும் எடுத்துக் கொடுத்தார்.

ஜான் இரத்தினம் அவர்களின் நட்பு, தம்முடைய கோபமான பேச்சையும், மதவெறியையும் நீக்கியதாக திரு.வி.க. குறிப்பிடுகிறார். கிறித்துவமதத்தின் நுட்பமான கூறுகளான 'மனந்திரும்பல்', 'முறையீடு', 'பாவ அறிக்கை', 'மன்னிப்பு' போன்றவை திரு.வி.க.வின் சிந்தையில் செல்வாக்கு செலுத்த லாயிற்று. தம் வாழ்நாளில் கிடைத்த பேறுகளில் வெஸ்லி பள்ளியையும், அதன் தலைமையாசிரியர் ஜான் இரத்தினம் அவர்களையும் அவர் சிறப்பாகக் குறிப்பிடுவார்.

தலைமைத் தமிழாசிரியர்

அந்தச் சமயத்தில் வெஸ்லி கல்லூரியில் தலைமைத் தமிழாசிரியர் பதவி காலியாயிற்று. ஜான் ரத்தினம் அவர்களின் வற்புறுத்தலால் திரு.வி.க. அந்தப் பதவிக்கு விண்ணப்பம் செய்தார். கடும் போட்டி, பொறாமைகளுக்கு நடுவில் முன்னவரின் வலுவான பரிந்துரையினால் 1916-இல் அக்கல்லூரியின் தலைமைத் தமிழாசிரியராக அமர்த்தப்பட்டு பதவி ஏற்றார். ஒன்றரை ஆண்டுக்காலம் சிறப்பாக பணியாற்றினார்.

கல்விப் பணி மட்டுமின்றி ஆசிரியர்களின் சம்பள உயர்வு, வேலைப்பளு குறைப்பு, சில துணை வசதிகள் போன்றவற்றைக் கல்லூரித் தலைவரிடம் பேசி வெற்றி கொண்டார். கல்லூரியில் தமிழ்ச்சங்கம் உருவாக உறுதுணையாக இருந்தார். ஆண்டு விழாவில் கோபால கிருஷ்ண கோகலே படத்தைத் திறந்து வைத்து அவர் ஆற்றிய உரை அவருடைய அரசியல் ஈடுபாட்டை உணர்த்தியது.

அந்தச் சமயம், ஆங்கிலேய ஆட்சியை எதிர்த்துத் 'தன்(சுய) ஆட்சிக் கிளர்ச்சி' தோன்றியது. அன்னிபெசண்ட் அம்மையார் சிறையில் அடைக்கப்பட்டார். கல்லூரிப் பணியை விட்டு நாட்டுத் தொண்டு செய்ய வேண்டுமென்ற அவா திரு.வி.க.வை உந்தித் தள்ளியது.

கல்லூரித் தலைவர்க்கும், மாணவர்களுக்கும் அவரைப் பிரிய மனமில்லை. எனினும், பிரிவு விழா நடத்தி பொற் பதக்கம் வழங்கினர். அவ்விழாவில் திரு.வி.க. ஆற்றிய உரை அனைவரையும் நெகிழச் செய்தது. இவ்வாறு கல்விப் பணியைத் துறந்து, 'தேசபக்தன்' இதழின் ஆசிரியரானார்.

திருமணம் – குடும்பம்

திரு.வி.க. அவர்களுக்கு நான்கு சகோதரிகள். சிறு வயதில், துள்ளத்தில் வசித்த போது அவருக்கு நிறையப் பெண் தோழிகளும் இருந்தனர். அவர்களுடன் சேர்ந்து அவர் விளையாடுவார். இராயப்பேட்டை வந்து விட்ட பின்னர் விடுமுறையில் துள்ளம் போகிற போது, அந்தத் தோழிகளை அழைத்து வந்து, இராயப்பேட்டையில் நடந்த கதைகளைச் சொல்லிக் கொண்டிருப்பார். பெண், ஆண் என்ற மனவேற்றுமையின்றி அவர்கள் பழகுவார்கள்.

இராயப்பேட்டையிலும் நிறைய பெண் குழந்தைகள் அவருக்கு நட்பானார்கள். அவர்களுடன் ஏழாங்காயோ, தாயமோ, கண்ணாம்பொத்தி ஆட்டமோ விளையாடுவார். அவர்களுக்குள் சண்டைகளும், திட்டித் தீர்த்தலும் நடப்பதுண்டு. ஆனால், மறுநாளே எல்லாவற்றையும் மறந்துவிட்டு விளையாடத் தொடங்கி விடுவார்கள்.

தந்தையார் இறந்தவுடன் துள்ளம் ஊர்த் தொடர்பு அவருக்கு விட்டுப் போனது. நீண்ட இடைவெளிக்குப் பின்னர் மாறிய ஊரையும், இடம் மாறிய குடும்பங்களையும், மறைந்து போன முதியவர்களையும், இப்போது தம் குழந்தைகளோடும்,பேரன் பேத்திகளோடும் வாழும் தமது குழந்தைப் பருவத்துத் தோழியர்களைப் பற்றித் திரு.வி.க. நெகிழ்ச்சியுடன் எழுதியிருக்கிறார்.

வளர்ந்த பின்னர் திருமணமே வேண்டாம் என்ற உறுதியோடு இருந்தார் திரு.வி.க. 'எங்கே அவர் துறவு பூண்டு விடுவாரோ ?' என்று அனைவரும் அஞ்சினர். பின்னர் உற்றாரும் உறவினரும் நட்புடன் பழகிய தலைமை ஆசிரியர் ஜான் ரத்தினம் அவர்களும் அவரைத் திருமணத்துக்கு ஒப்புக்கொள்ள வைத்தனர். மனைவியாக வந்தவர் பெயர் கமலாம்பிகை. திருச்சியைச் சேர்ந்த கிருட்டிணசாமி என்பாரின் மகள். கூடப்பிறந்த சகோதரர் இருவர். ஒரே பெண். சிறு வயதிலேயே பெற்றோரை இழந்தவர். பெரிய தந்தையார் பாலசுந்தரம் என்பவரால் வளர்க்கப்பட்டவர். 13.9.1912-இல் திரு.வி.க.வின் திருமணம் நடந்தது. தேவாரம் முழங்கியது. கிறித்தவ வழிபாடும் நடைபெற்றது. அனைவரும் மகிழ்ச்சி பொங்க வாழ்த்தினர்.

மணமக்கள் இராயப்பேட்டை சென்றனர்; திருமணப்படலம் ஒன்று சொல்லப்பட வேண்டுமென மணமகன் விரும்பினார். பௌராணிகர் சச்சிதானந்தம் அவர்கள் வள்ளித் திருமணம் கதை சொன்னார். திருமணம் செய்து கொண்ட பெண், கணவனிடம் நகை கேட்பார் அல்லது புடவை கேட்பார். கமலாம்பிகையோ கல்வி கேட்டார்.

அவர் விரும்பியவாறு அவருக்குத் தமிழ் நூல் கற்பிக்க முயன்றார் திரு.வி.க. அதற்கு அவருடைய அன்னையார் எதிர்ப்பு தெரிவித்தார். 'பெண்ணுக்குக் கல்வி எதற்கு?' என்கிற அந்தக்கால மனப்பான்மையே இந்த எதிர்ப்புக்குக் காரணம். தாயார் மீதுள்ள மதிப்புக் காரணமாக, அவருக்குத் தெரியாமல் மனைவிக்கு இரவில் பாடம் சொல்லித் தந்தார்.

தாம் திருக்குறள் படித்தவராயிருந்தும் பிடிவாதம், வன்மம், முன்கோபம் போன்ற குணங்கள் இருந்ததாகவும், குறள் படிக்காதிருந்தும் தன் மனைவி நற்குண நங்கையாக இருந்ததாகவும், மனைவியின் நடவடிக்கைகளினால் அந்தக் குணங்கள் தம்மை விட்டு விலகியதாகவும் திரு.வி.க. எழுதுகிறார்.

கமலாம்பிகைக்குச் சகிப்புத் தன்மை அதிகம். மாமியார் திட்டினாலும் பொறுமையுடன் தாங்கிக் கொள்வார். அப்பொறுமை திரு.வி.க.வின் மனவருத்தத்தைத் தணிக்கும். வீட்டு வேலைகளை ஊக்கமுடன் செய்வார் கமலாம்பிகை. விருந்தோம்பலிலும் சிறந்து விளங்கினார். திரு.வி.க.வின் அண்ணியாரும், மனைவியும் மனவருத்தம் கொண்டதேயில்லை. மிகுந்த அன்புடன் ஒற்றுமையாக வாழ்ந்தார்கள். மாமியாரின் சிக்கனத்தைவிட கமாலாம்பிகை அதிகச் சிக்கனமாய் இருந்தார். அதில் மாமியாருக்கு அளவில்லா மகிழ்ச்சி.

நகைப் பித்தோ, பணப் பித்தோ இல்லாத மனைவி அமைந்ததற்காக மிக மகிழ்ந்தார் திரு.வி.க. மனைவியின் கூரிய அறிவு காரணமாக அவருக்குப் பெரிய காப்பியங்களைச் சொல்லித்தர விரும்பினார். அதற்காகத் தனிக்குடித்தனம் போக ஆசைப்பட்டார். அதற்கு அவர் மனைவி உடன்படவில்லை. "நாமே வலிந்து தனியே போவது குடும்பத்தின் ஒற்றுமைக்கு இழுக்கு விளைவிக்கும்" என்பது அவர் கருத்து.

மகிழ்ச்சியாகச் சென்று கொண்டிருந்த குடும்ப வாழ்க்கைக்கு அடையாளமாக இரண்டு குழந்தைகள் பிறந்தனர். ஆண் குழந்தை பிறந்த சில நாள்களிலே மறைந்தது. பெண் குழந்தை திலகவதி ஓராண்டில் மறைந்தது.

மனைவியின் மறைவு

'தேசபக்தன்' இதழ்ப் பணியிலும், தொழிலாளர் இயக்கப் பணியிலும் திரு.வி.க. தீவிரமாக ஈடுபட்டிருந்த காலகட்டத்தில் அவர் மனைவிக்கு எலும்புருக்கி நோய் வந்தது. உடல் சிறிது சிறிதாகத் தேயத் தொடங்கியது. இயன்ற அளவு மருத்துவம் செய்தார்கள். மூன்று மாதங்கள் கடந்தன. மருத்துவம் பயனளிக்காமல் 18.9.1918 அன்று கமலாம்பிகை மறைந்தார்.

அவர் உயிருடன் இருந்தபோது நிழற்படம் எடுக்கப்படவேயில்லை. இறந்த பிறகு 'சகோதர சங்கத்தார்' வந்து அம்மையார் உடலைப் படமெடுத்தனர். கமலாம்பிகையின் மறைவினால் திரு.வி.க. துயரத்தில் தோய்ந்தார். மனைவி இறந்த இரண்டே மாதங்களுக்குள் அவருக்கு மறுமணம் செய்விக்க சுற்றத்தினர் முயற்சி செய்தனர். பெரிய பணக்காரர்கள் பெண் கொடுக்க முன் வந்தனர்.

'தேசபக்தன்' மூலமாக கல்யாணசுந்தரனார் புகழ் நாடெங்கும் பரவியிருந்த நேரமது. மனைவியின் உயிர் பிரிந்தாலும் அவருடைய அன்பு தன் ஊனில், உள்ளத்தில், உயிரில் ஊடுருவி நிற்பதை அவர் உணர்ந்தார். திரு.வி.க. இராயப்பேட்டையில் இருந்த குடும்ப நண்பர்களான மூத்தோர் சிலர் அவரை மறுமணம் செய்து கொள்ள வற்புறுத்தினர். மறுமணம் செய்து கொள்ள அவர் உறுதியாக மறுத்துவிட்டார்.

"மறுமணம் செய்து கொள்ளும் உரிமை இருபாலார்க்கும் தேவை. அல்லது ஆண், பெண் இருவருக்கும் அவ்வுரிமை இருக்கக்கூடாது. ஆணுக்கு மட்டுமிருந்து பெண்ணுக்கு அந்த உரிமை மறுக்கப்படுவது என்ன நியாயம்?" என்று கேட்பார். திருமணப் பேச்செடுத்தவர்கள் வாயை மூடிக் கொள்வார்கள். அவர் தம்முடைய வாதங்களை உறுதியாக எடுத்துச் சொல்லச் சொல்ல நாளடைவில் மறுமணப் பேச்சே நின்று போயிற்று.

இதன் பிறகு பொதுத் தொண்டில் தீவிரமாகக் கவனம் செலுத்தலானார் திரு.வி.க. தம் மீது பெருத்த அன்பும் கொண்டு, தமது வாழ்க்கையைப் பலவகைகளிலும் பண்படுத்திய மனைவியின் நினைவுக்கு என்ன கைம்மாறு செய்வதென்று சிந்தித்தார். பெண்ணின் பெருமை இவ்வுலகில் நன்கு விளங்கப் பாடுபடுவதென உறுதி பூண்டார்.

'தேசபக்தன்' இதழ்ப் பணி

திலகரும், அன்னிபெசண்ட் அம்மையாரும் ஒன்றுபட்டு நடத்திய தன்னாட்சிக் கிளர்ச்சி அறப்போர் திரு.வி.க. அவர்களைப் பெரிதும் ஈர்த்தது. அச்சமயம் அன்னிபெசண்ட் தம் கருத்துகளை எழுதி வந்த 'நியூ இந்தியா' இதழின் உதவி ஆசிரியர் சுப்பராய காமத், திரு.வி.க.வின் நண்பரானார்.

நீதிக் கட்சி, காங்கிரஸ் கட்சிக்கு எதிராகவும், காங்கிரசில் உள்ள பார்ப்பன மேலாளுமைக்கு எதிராகவும் உருவானதாக டாக்டர் நாயர் பேசிய கூட்டத்தில் திரு.வி.க. கேள்வி கேட்டார். கலவரம் மூண்டது. கூட்டம் கலைந்தது. மறுநாள் 'திராவிடன்' இதழில் திரு.வி.க.-வைத் திட்டி எழுதப்பட்டிருந்தது. நேரில் கேள்வி கேட்பதை விடுத்து, துண்டு வெளியீடுகளை எழுதி வெளியிட்டார். நீதிக் கட்சியினருக்கும், தன்னாட்சிக் கட்சியினருக்கும் கைகலப்பு மூண்டது.

பின்னர் சுப்பராய காமத் முயற்சியினால் தொடங்கப்பட்ட 'தேசபக்தன்' நாளிதழின் ஆசிரியராகப் பொறுப்பேற்றார் திரு.வி.க. அதில் வெ. சாமிநாதசர்மா, பரலி.சு.நெல்லையப்பர் உள்ளிட்ட பலர் உதவி ஆசிரியர்களாகப் பணிபுரிந்தனர். பின்னாளில் அவர்களில் ஒரிருவரைத் தவிர மற்றவர்கள் தனித்தனியே இதழ் நடத்தினார்கள்.

தமிழாசிரியராக இருந்து, இதழ் ஆசிரியராக உருவானவர் திரு.வி.க. எனவே, வாசகர் அனைவருக்கும் புரியும் வண்ணம் சிறு சிறு சொற்றொடர்கள் கொண்ட எளிமையான நடையை உருவாக்கிக் கொண்டார். அந்த நாட்களில் மாநில மொழி ஏடுகளில் அயல்மொழி வாடை வீசும். திரு.வி.க. இதழ்த் துறைக்கு தமிழ் உருவம் கொடுத்தார். தேசபக்தனில் அவர் தமிழாக்கிப் பயன்படுத்திய சொற்கள், சொற்றொடர்கள், குறியீடுகள் பின்னர் வந்த ஏடுகளில் பெரிதும் விரும்பிப் பயன்படுத்தப்பட்டன.

அந்நாளையத் தலைவர்களில் சிலர் தமிழ் தெரியாதென்று கூறி ஆங்கிலத்தில் மேடைகளில் பேசுவதைப் பெருமையாக கருதி வந்தனர். 'தேசபக்தன்' எழுப்பிய கண்டனக் குரல் அவர்களைத் தமிழில் பேசச் செய்தது.

அதிகார வகுப்பினர் மீதும், 'தேச பக்தன்' தன் பார்வையைத் திருப்பியது; அதிகாரிகளின் தவறுகளைத் துணிவுடன் சுட்டிக் காட்டியது; நல்லனவற்றைப் போற்றியது. எங்காவது தவறு நடந்தால் 'தேசபக்தனுக்கு எழுதி விடுவோம்' என்று மக்கள் அதிகாரிகளை எச்சரிக்கும் அளவுக்கு அதன் புகழ் ஓங்கியது.

திலகர், காந்தியடிகள், அன்னிபெசண்ட் அம்மையார் ஆகியோரின் புகழைத் தேசபக்தன் உரத்துக் கூறியது. 'கிலாபத் கிளர்ச்சி', 'சத்யாக்கிரக இயக்கம்', 'பஞ்சாப் படுகொலை' ஆகியன நிகழ்ந்த வேளைகளில் தேசபக்தன் தன் கருத்துகளை நெருப்பென முழங்கியது.

சென்னையில் தொழிலாளர் இயக்கத்தைத் தோற்றுவிக்க முயன்ற இதழ்களில் 'நியூ இந்தியா'வும், 'தேசபக்த'னும் முதன்மையானவை. தேசபக்தன் ஆசிரியரைச் சிறைப்படுத்தவும் இதழைப் பறிமுதல் செய்யவும் பல முயற்சிகள் நடந்தன. சுப்பராய காமத் போன்றோரின் முன்னெச்சரிக்கையான நடவடிக்கைகளாலும், இராஜாஜி போன்றோரின் உதவியாலும், இதழை முடக்குவதற்கான முயற்சிகள் முறியடிக்கப்பட்டன.

திரு.வி.க. பலவகைகளில் இதழைப் பாடுபட்டு வளர்த்தார். இரண்டரை ஆண்டுகள் கழிந்தது. பழைய நிர்வாகி மாற்றப்பட்டார். புதிய நிர்வாகி வந்தார். திரு.வி.க.-விற்குத் தெரியாமல் அச்சுக்கூடத்தை அடமானம் வைத்ததால் மனம் கசந்து ஆசிரியர் பொறுப்பிலிருந்து திரு.வி.க. வெளியேறினார். பின்னர் வ.வே.சு.ஐயர் ஆசிரியர் பொறுப்பை ஏற்றுக் கொண்டார். சில மாதங்களில் அவரும் சிறை சென்றார். 'தேசபக்தன்' தேய்ந்து சிறிது இடைவெளிக்குப் பின்னர் வார இதழாக வெளி வந்து பிறகு படிப்படியாக மறையலாயிற்று.

எழுத்தாளர் வ.ரா. அவர்கள் திரு.வி.க. அவர்களைப் பற்றியும் தேசபக்தன் இதழைப் பற்றியும் "தூய தமிழின் இன்னிசை ஒலியைக் கேட்டு அனுபவிக்கும் எண்ணம் கொண்டவர்கள், திரு.வி.க. நடத்தி வந்த 'தேசபக்தன்' இதழின் பழைய படிகளைக் கண்டெடுத்து படிப்பார்களானால், மனப்பூரிப்பு அடைவார்கள் என்பதில் சிறிதும் ஐயமில்லை" என்றும்,

"தமிழில் ஒலியழகு, நடையழகு, பொருளழகு, வர்ணனை அழகு உண்டோ என்று சந்தேகப்படும் ஆத்மாக்கள் அவருடைய எழுத்தைப் படித்தால் சந்தேகம் தெளிவார்கள். கல்யாணசுந்தரனார் நடையழகு பழகும் நிகண்டு; அழகுபட ஒலிக்கும் அகராதி; பொருட்செறிவுடன் பேசும் புலவர்; பழைய தமிழ் நாகரிகத்திற்கும், புதிய நாகரிகத்திற்கும் இடையே நிற்கும் பாலம்," என்றும் புகழ்கிறார்.

நூல்கள்

அவர் எழுதியுள்ள 56 நூல்களுள் 'மனித வாழ்க்கையும், காந்தியடிகளும்,' 'பெண்ணின் பெருமை', 'முருகன் அல்லது அழகு', 'முடியா? காதலா? சீர்திருத்தமா?', 'தமிழ்த் தென்றல்', 'சீர்திருத்தம் அல்லது இளமை விருந்து', 'இந்தியாவும் விடுதலையும்', 'சமரச சன்மார்க்க போதம்', 'பெரியபுராண உரை', 'திருக்குறள் விரிவுரை' போன்றவை முக்கியமான நூல்களாகும்.

நவசக்தி இதழ்ப்பணி

'தேசபக்த'னுக்குப் பிறகு வேறு இதழ் தொடங்க வெளியூர்களிலிருந்து வாய்ப்புகள் பல அவருக்கு வந்தன. ஆனால் அவர் வெளியூர் சென்றுவிட்டால் புதியதாகத் தொடங்கியுள்ள

தொழிலாளர் இயக்கம் அழிந்துவிடுமென்றும், சென்னையிலிருந்தே அவர் தம் பணியைத் தொடர வேண்டுமென்றும் நண்பர்கள் விரும்பினர். சென்னைத் தொழிலாளர் சார்பில் நடந்த பொதுக்கூட்டமொன்றில் மனம் விரும்பி அவர்களாகவே அளித்ததால் திரண்ட தொகை ஐயாயிரம் ரூபாய் அவரிடம் தரப்பட்டது. வேறு சில நண்பர்கள் இரண்டாயிரம் ரூபாய் திரட்டித் தந்தனர். இத்தொகைகள் கொண்டு 1920-இல் ஓர் அச்சுக்கூடம் வாங்கப்பட்டது. வார இதழ் ஒன்று தொடங்கப்பட்டது.

அச்சகத்துக்குச் 'சாது அச்சுக்கூடம்' என்றும், இதழுக்கு 'நவசக்தி' என்றும் பெயர் சூட்டப்பட்டது. 'தேசபக்த'னுக்கும், 'நவசக்தி'க்கும் உள்ள வேறுபாட்டை 'வன்மை - மென்மை' என்று குறிப்பிடலாம்.

அரசியல் மட்டுமின்றி, பெண்கள் நலன், சமூகச் சீர்திருத்தம், மொழிச் சிறப்பு, கலையாக்கம் எனப் பொதுப் பகுதிகளும் நவசக்தியில் இடம் பெற்றன. எனவே, மாறுபட்ட அரசியல் பார்வை கொண்டோரையும் இதழ் ஈர்த்தது.

தமிழ்நாடு மட்டுமல்லாமல் இலங்கை, பர்மா, இங்கிலாந்து, நேட்டால் (ஆப்பிரிக்கா), மலேசியா, பிரான்ஸ் என்று வெளிநாடுகளிலும் 'நவசக்தி'யின் புகழ் பரவியது.

அந்தச் சமயம், 1922-இல் கயாவில் காங்கிரஸ் மாநாடு கூடியது. அதில் 'சுயராஜ்யக் கட்சி'யின் கை வலுத்தது. தென்னாட்டிலும் மதுரையில் அதற்குக் கூட்டம் திரண்டது. கட்சி சார்பில் ஒரு நாளேடு வெளியிடுவதென்றும், அதற்காகப் பத்தாயிரம் ரூபாய் வழங்குவது என்றும் காங்கிரஸ் கூட்டத்தில்,

தீர்மானிக்கப்பட்டது. சபையிலேயே அக்கருத்தை மறுத்தார் திரு.வி.க. அதனால் பெரியாரும், இராஜாஜியும் சினமும் வருத்தமும் உற்றார்கள்.

பின்னர் தந்தை பெரியாரின் ஆலோசனை, நிதி உதவியின் பேரில் வாரப் பதிப்புடன், மும்முறைப் பதிப்பாகவும் 'நவசக்தி' 1923-இல் வெளியிடப்பட்டது. இந்தச் சமயத்தில்தான் பின்னர் கல்கி என்று பெரும்புகழ் பெற்ற இரா.கிருஷ்ணமூர்த்தி அங்கே உதவி ஆசிரியராகச் சேர்ந்தார்.

1924, 1925, 1926-ஆம் ஆண்டுகளில் நடைபெற்ற சட்டப் பேரவைத் தேர்தலில் காங்கிரஸ் கட்சி வெற்றி பெரும் பொருட்டு நவசக்தி கடும் பணியாற்றியது.

சன்மார்க்க நெறி கலந்த சமதர்மம் வேண்டுமென நவசக்தியில் கட்டுரைகளை அவர் எழுதினார். இது குறித்து பல திறனாய்வுகள் எழுந்தன.

1939-இல் போர் முயற்சிகள் தோன்றின. பல அவசரச் சட்டங்கள் போடப்பட்டன. தாள் நெருக்கடி உண்டானது. பல ஏடுகள் நிறுத்தப்பட்டன. நவசக்தியை யாரிடமாவது ஒப்படைத்துவிட்டு, ஏதேனும் சிற்றூரில் தங்கி, சமசர சன்மார்க்கத் தொண்டு புரிய விரும்பினார். நவசக்தியில் இசைக்கட்டுரைகள் எழுதி வந்த இராதாமணி அம்மையார் பொறுப்பேற்க முன் வந்தார். அவரிடம் நவசக்தியை 1941-இல் ஒப்புவித்தார்.

அரசியல் பணி

அன்னிபெசண்ட் அம்மையார் வாயிலாக திலகருடன் நெருக்கம் கொள்ளும் வாய்ப்பை அவர் பெற்றார். 1919-இல்

காந்தியடிகளைச் சேலத்தில் சந்தித்தார். அவரைப் பார்க்கையில் 'அரிச்சந்திரனோ ? புத்தரோ? திருவள்ளுவரோ?' என்று தம் மனம் நினைத்ததாகக் குறிப்பிடுகிறார். தம் பேச்சை மொழி பெயர்க்கும்படி காந்தியடிகள் அவரை கேட்டுக் கொண்டார். சென்னையில் காந்தியடிகள் 'சத்தியாக்கிரக சபை' ஒன்று அமைத்தார். திரு.வி.க.விற்கும் சுப்பராய காமத்துக்கும் இராயப்பேட்டை வட்டப் பொறுப்பு அளிக்கப்பட்டது.

அந்நேரம் பஞ்சாப் படுகொலை நாடு முழுக்கக் கனலை எழுப்பியிருந்தது. திரு.வி.க. முழுமூச்சில் விடுதலை வேட்கையில் மூழ்கித் தொண்டாற்றினார். சென்னை வந்த திலகர், சுப்பராய காமத் வீட்டில் மூன்று நாள்கள் தங்கினார்.

முதல் நாள் திரு.வி.க. வ.உ.சி., சுப்பராய காமத் ஆகிய மூவரும் மட்டுமே திலகருடன் கலந்து பேசும் வாய்ப்பைப் பெற்றனர். தேசபக்தன் ஏடு, தொழிலாளர் சங்கங்கள் போன்றவற்றின் செயற்பாடுகள் பற்றி நுட்பமான கேள்விகள் கேட்டு தென்நாட்டு நிலைமையை திலகர் உணர்ந்துகொள்ள விரும்பினார்.

தந்தை பெரியாரும், திரு.வி.க.வும் நண்பர்கள். எனினும், காஞ்சி காங்கிரஸ் மாநாட்டில் நடந்த வகுப்புவாரி இட ஒதுக்கீடு குறித்து இருவருக்கும் சொற்போர் நடந்ததுண்டு. பெரியார், குடியரசு இதழில் திரு.வி.க.வைக் கண்டனம் செய்து எழுதினார். திரு.வி.க. 'நவசக்தி'யில் மறுப்பு எழுதினார்.

'நாட்டு விடுதலைக்குப் பிறகு பதவி வேட்டையாடும் தன்னலக்காரர்களின் பிடியிலே இந்தியா சிக்கிக் கொண்டுள்ளதாக' அவர் மனம் வருந்தினார். காங்கிரஸ் கட்சி பொதுவுடைமைக் கொள்கை, சமதர்மக் கொள்கை முதலியனவற்றைப் பின்பற்றி நடக்க வேண்டுமென விரும்பினார்.

அதற்கான நெறிமுறைகளையும் சுட்டிக் காட்டினார். தொழிலாளர் இயக்கம் பெருகி வளர்ந்து காங்கிரசைத் தன் பக்கம் அழைத்து வர வேண்டுமென்று விரும்பினார். அவர் நினைத்தவை நடக்கவில்லை.

காங்கிரசிலிருந்து ஒரு கட்டத்தில் விலகினாலும் மனத்தால் காங்கிரஸ்காரராகவே வாழ்ந்து வந்தார். அரசியல் கட்சிகளின் தவறான போக்கைக் கண்டித்த திரு.வி.க. அதே நேரத்தில், எந்த ஒரு கட்சியாக இருப்பினும் சரி - அதன் நல்ல கொள்கைளுக்கு ஆதரவு அளித்து வந்தார். மனிதநேயமே அவர் கொண்ட அரசியல் கொள்கையாயிற்று. எந்தக் கட்சி அவரது தொண்டினை விழைந்தாலும் அங்குச் செல்வது அவர் வழக்கமாயிற்று. தம் நிலையைத் 'தமிழ்க்கலை' எனும் நூலில் பின்வருமாறு விளக்குகிறார் :

"சிலர் நினைக்கிறார்கள், 'திரு.வி.க.விற்கு ஒரு கட்சி கிடையாது; ஒரு கொள்கை கிடையாது, எங்கும் போவார்; எவர் படத்தையும் திறப்பார்' என்று. எனக்குக் கொள்கையுண்டு. என் கொள்கை என் கையில் இருக்கிறது. ஏழை மக்கள் கையில் இருக்கிறது. பாட்டாளி மக்கள் கையில் இருக்கிறது. நான் சாதி, மத, நிற, மொழி, நாடு முதலிய எல்லாப் பேதங்களையும் கடந்தவன். பொதுமக்களின் சுகவாழ்வுதான் எனது குறிக்கோள். ஒவ்வொரு மனிதனையும் சுயேச்சையுடன் வாழ, உயர்த்த எக்கட்சி பாடுபட்டாலும் அங்கெல்லாம் நான் போவேன்; வருவேன்; பாடுபடுவேன்,"

இத்தகைய பரந்த அணுகுமுறைதான் எதிர்த் தரப்பிலிருந்த அறிஞர் அண்ணா போன்றவர்களையும் "அரசியலில் புயலாகவும் தமிழில் தென்றலாகவும் இருப்பவர் நம் திரு.வி.க.; நூல்களிலே

நுண்ணிய உரையைத் தீட்டியவர் நம் திரு.வி.க.; எதிர்கால உலகத்துக்காகச் சிறந்த ஏடுகளைத் தயாரிப்பவர் நம் திரு.வி.க." என்று மனம் திறந்து பாராட்டக் காரணமாக இருந்தது.

அரசியலிலும் பொதுவாழ்விலும் தலைவர்கள் மீது வெறித்தனமான பக்தி செலுத்தும் போக்கு தொண்டர்களிடம் காணப்படுகிறது. இத்தகைய 'தலைவர் வழிபாடு' பல நேரங்களில் தீங்கான விளைவுகளையே உருவாக்கி விடுகிறது. தலைவர் தேர்தலில் தோற்றால் தீக்குளிப்பது, தலைவர் அரசியல் காரணங்களுக்காகச் சிறைப்படுத்தப்பட்டால் உடனடியாகத் தொண்டர்கள் பொதுமக்களின் உடைமைக்கும் உயிருக்கும் கேடு விளைவிக்கும் வகையில் வன்முறையில் ஈடுபடுதல், தீக்குளித்தல் போன்ற உச்சகட்ட உணர்ச்சிக் கொதிநிலைக்கு அது கொண்டு சென்று விடுகிறது.

'நாணயத்துக்கு இரண்டு பக்கங்கள் உண்டு' என்பதைப் போல இந்தச் சிக்கலுக்கும் இரண்டு தரப்புகள் உண்டு. ஓர் ஆளுமையை மிக விரும்பி ஏற்றுக் கொண்டு, அவர் வழி சென்று தனக்கும் பிறர்க்கும் நல்லது செய்ய ஊக்கம் பெறுவது ஒரு வகை. அவ்வாறின்றி அந்த ஆளுமைக்காகப் பிறரிடம் கருத்து மோதல், கைகலப்பு என்றாகி, தன்னையும் பிறரையும் வதைத்துக் கொள்வது என்பது இன்னொரு வகை.

தலைவர் வழிபாட்டைத் திரு.வி.க. வரவேற்று எழுதுகிறார். அதற்கு அவர் கூறும் காரணங்கள் கவனத்தில் கொள்ளத் தக்கன. "தலைவர்களிடத்துப் பக்தியை வளர்ப்பது தேசத்தினிடத்துப் பக்தியை வளர்ப்பதாகும்," என்று குறிக்கும் திரு.வி.க. "வீரர் வழிபாடு உலகின் எல்லா இடங்களிலும் நிகழ்ந்த வண்ணம் உள்ளன. சனநாயகமோ, சமதர்மமோ எந்த ஆட்சிமுறை

இருப்பினும் தெரிந்தோ, தெரியாமலோ அவ்விடங்களில் எந்த வழியிலாவது வீரர் வழிபாடு இருந்து வருகிறது. இது மாறாத ஒன்றாகவும், இயற்கையானதாகவும் இருந்து வருகிறது" என்றும் எழுதுகிறார்.

தலைவர்கள் மீதான வீரர் வழிபாட்டை ஆதரிக்கும் அவர் விடுதலைப் போராட்ட காலத்தில் வாழ்ந்தவர். தலைவர் எனப்படுவோர் நல்லியல்புகள் பெற்றிருக்க வேண்டும்; கல்வி அறிவும் ஒழுக்கமும் உடையோராய், பொதுமையாளராய், கருத்து வேற்றுமை காரணமாக எரியுள்ளம் கொள்ளாதவராய், வன்மம் கொண்டு பகைமை மூட்டாதவராய் இருத்தல் சிறப்பு என்று தலைவருக்கான பண்புகளைத் தமது 'இந்தியாவும் விடுதலையும்' நூலில் குறிப்பிட்டுள்ளார்.

தமிழ்த்தொண்டு

நாட்டு விடுதலைக்காகப் போராடிய அவர் அதே உணர்வுடன், பிறமொழி ஆளுமையால் அடிமைப்பட்டுக் கிடந்த தாய்மொழி, தமிழ் மொழியின் விடுதலைக்காகவும் போராடிய 'மொழிக் காவலர்' ஆவார்.

"ஈன்ற ஒருத்தியையும், பிறந்த நாட்டையும் ஒருவன் தாய்... தாய்... என்று போற்றுகிறான். ஒருவனுக்குத் தன்னைப் பெற்ற தாயின் மீது எத்தகைய அன்பு உண்டோ, அத்தகைய அன்பு, அவனை அளித்த நாட்டினிடத்தும், அவனை வளர்க்கும் மொழியினிடத்தும் அவனுக்கு இருத்தல் வேண்டும். பெற்ற தாயின் அன்புக்கும், பிறந்த நாட்டின் பற்றுக்கும் ஊற்றாயிருப்பது பேசும் மொழியேயாகும். பேசும் தாய்மொழியின் மீது அன்பில்லாத ஒருவன் தாயையும் நாட்டையும் பழித்தவனாவான்!" என்று

தம்முடைய 'தமிழ்ச் சோலை அல்லது கட்டுரைத் திரட்டு' என்ற நூலில் குறிப்பிடுகிறார்.

அது மட்டுமன்று, தாய்மொழியில் கல்வி கற்பிக்க வேண்டுமென்பதிலும் அவர் உறுதியாக நிற்கிறார். "தாய்மொழியில் கல்வி பெறுவது இயற்கை. தாய்மொழிக் கல்வி நிரம்பப் பெற்ற பிள்ளை வேறு பல மொழிகளைப் பயிலலாம்; ஆராயலாம். முதன் முதல் தாய்மொழி வாயிலாகவே கல்வி பயிலுதல் வேண்டும். 'தாய்நாடு' என்ற பெயர், தாய்மொழியைக் கொண்டே இருப்பது; பிறப்பது; தாயை வஞ்சிப்பது பாவமன்றோ?" என்று கேள்வி எழுப்புகிறார் அவர்.

'தாய்மொழிக்குச் சிறுமை ஏற்பட்டு வாழ்விழந்து அழிய நேர்ந்தால், மக்கள் அனைவரும் உடன் அழிந்துபோவதே சரி' என்ற வகையில் தம்முடைய 'உரிமை வேட்கை அல்லது நாட்டுப் பாடல்' என்ற நூலில்,

> "தாய்மொழியின் வாழ்விழந்தால்
> தரைமோதி மாய்தல் நலம்
> போய்க் கடலில் விழுதல் நலம்
> பொலிதருமோ உடலுயிரே!"

என்று குறிப்பிடுகிறார் திரு.வி.க.

நாட்டுப் பற்றும், மொழிப்பற்றும் மோதிய ஒரு கால கட்டத்தில் வாழ்ந்தவர் திரு.வி.க. அவை இரண்டுமே முக்கியமானவை என்று செயல்பட்டவர் அவர். தமிழ்ப் புலவர்கள் வளமை பெற்றால் தமிழும் வளமை பெறும் என்பது திரு.வி.க.வின் நம்பிக்கை. தமிழ்ப்புலவர்கள் புதுமைகளைக் கண்டு மருள்வதைப் பார்த்து அவர் மனம் நொந்தார்.

நாடு அடிமைப்பட்டிருந்த காலத்திலே பொதுநிகழ்ச்சிகள் அனைத்தும் ஆங்கிலத்திலேயே நடைபெற்றன. தமிழ்நாட்டிலிருந்த ஆங்கிலம் கற்ற பெரிய தலைவர்களெல்லாம் 'தமிழில் பேச வராது' என்று சொல்லி, ஆங்கிலத்தில் பேசுவதிலேயே பெருமைப்பட்டுக் கொண்டனர். இந்த இழிநிலையை மாற்றித் தமிழுக்கு உரிய இடம் தர வேண்டும் என்று விரும்பினார் திரு.வி.க. 'சென்னை மாகாண சங்கம்' என்ற அமைப்பின் மூலம், "தலைவர்கள் இனிப் பொதுக்கூட்டங்களில் தமிழிலேயே பேச வேண்டும். மாறாக அயல்மொழியில் பேசினால் அவர்களைத் திருத்தும் பொறுப்பைப் பொதுமக்கள் ஏற்க வேண்டும்!" என்ற தீர்மானத்தை முன் மொழிந்து அத்தீர்மானத்தை நிறைவேற்ற வகை செய்தார். உலகில் பல மொழிகளில் உள்ள புதுப்புது அறிவியல் மற்றும் கலைச் சொற்களைத் தமிழில் மொழி பெயர்த்தலே தமிழுக்குச் செய்கின்ற பெரும் தொண்டெனக் கருதினார்.

தமிழ் மொழியின் ஆக்கத்திற்குக் குரல் கொடுத்த அவர் "தமிழர் ஒரு மொழி மட்டுமே பயில வேண்டும் என்கின்ற நியதி இல்லை" என்று குறிப்பிடுகிறார்.

"தமிழ் மட்டுமல்லாது வடமொழி, அராபி, ஆங்கிலம், இலத்தீன், பிரெஞ்சு என அவரவர் விருப்பத்திற்கு ஏற்ப, பல மொழிகள் பயில்வது நல்லதே என்பது அவர் கருத்து. எந்த மொழி மீதும் காழ்ப்புக் கொள்ளாது, எல்லா மொழிகளையும் பயிலலாம். மொழியின் செம்மையைக் காத்தல் வேண்டும் எனும் உணர்வு மட்டும் தமிழ் உள்ளத்தில் பதிந்திருக்க வேண்டும். இவ்வகையில் பல மொழிகளையும் நாடிப் பயிலுதல் தாய்மொழிக்கு ஆக்கம் தேட வல்லதேயாகும்" என்று தம்முடைய வாழ்க்கைக் குறிப்புகளில் எழுதிச் செல்கிறார்.

இப்படி அரசியலோடு தாய்மொழி விடுதலையையும் இரு கண்களாகக் கொண்டு பணியாற்றி வந்த திரு.வி.க. கிட்டத்தட்டப் பத்தாண்டுகள் காங்கிரஸ் கட்சியில் நேரடி உறுப்பினராக இருந்தார். அந்தப் பத்தாண்டுகளில் அவருடைய தலைமையில் பத்துக்கும் மேற்பட்ட காங்கிரஸ் மாநாடுகள் நடந்துள்ளன.

நாட்டின் விடுதலைப் போராட்டக் களத்தில் பாரதிக்குக் கவிதை போர்வாளாகப் பயன்பட்டது போல, திரு.வி.க.விற்கு உரைநடை பயன்பட்டது. காங்கிரஸ் கட்சி குறித்த கருத்துகள் எளிய மனிதர்களிடம் சென்று சேர, திரு.வி.க. ஆசிரியராக இருந்து நடத்திய 'தேசபக்தன்' இதழும் 'நவசக்தி' நாளேடும் மிகப் பெரிய மக்கள் தொடர்பு ஊடகங்களாகப் பணி புரிந்தன.

திரு.வி.க.வின் இதழியல் தொண்டு காங்கிரஸ் கட்சிக்கு ஆற்றல் மிகுந்த கேடயமாகவும், வாளாகவும் திகழ்ந்தது என்று 'திரு.வி.க.வின் சமுதாய நோக்கு' என்ற தம் நூலில் முனைவர் ப.மகாலிங்கம் கூறுவது கருத்தில் கொள்ளத்தக்கது.

1917-ஆம் ஆண்டு முதல் **1926**-ஆம் ஆண்டு வரை காங்கிரஸ் இயக்கத்துடன் பின்னிப் பிணைந்து கட்சியின் உறுப்பினராக இருந்தார். தொண்டர் முதல் தலைவர்வரை பல நிலைகளில் செயல்பட்டு வந்தார்.

ஆங்கிலேயர் ஆட்சியில், காங்கிரஸ் கட்சியானது, தேர்தலில் வெற்றி பெற்று அரசில் பங்குபெற்றாலும் ஒத்துழையாமையிலேயே நிற்க வேண்டுமென்பது அவர் விருப்பம். அதை முன் வைத்தே தேர்தல் களத்தில் பணியாற்றினார். ஆனால், பின்னர் தலைவர்களின் நிலை பதவிக்கு வந்தவுடன் மாறிவிட்டது. காங்கிரஸ் திசைமாறிவிட்டதென்றும், நாட்டு நலனுக்கு அதனால்

கேடு வருமென்றும் திரு.வி.க. கருதினார். தம் மனச்சான்றுக்கு ஏற்ப, 1926-ஆம் ஆண்டின் இறுதியில் காங்கிரஸ் காரியக் குழுலிருந்து அவர் விலகிக் கொண்டார்.

'திரு.வி.க.வினுடைய அரசியல் வாழ்வின் பிற்பகுதியில் அதாவது 1927 முதல் 1953-ஆம் ஆண்டில் அவருடைய இறுதிக் காலம்வரை அவருள் தோன்றிய சிந்தனைகள் எந்தக் கட்டுக்கும் ஆட்படாதவையாக விளங்கின. இத்தகைய சிந்தனைகள் ஒரு காலகட்டத்தில் தீமைகளை நோக்கி எழுந்த எதிர்ப்புக் குரலாக விளங்கின. காங்கிரஸ் கட்சிக்கு மட்டுமில்லாமல் நாட்டின் நல்வாழ்வுக்கு எதிராக செயல்பட்ட இயக்கங்களுக்கும் தனி மாந்தர்களுக்கும் எதிராகப் போர் தொடுக்கிற அரசியல் எதிர்ப்பாளராக, அக்காலகட்டத்தில் திரு.வி.க. உருக்கொண்டார்' என்று 'திரு.வி.க.வின் அரசியல் வாழ்க்கை' என்னும் தமது நூலில் வ. சுப்பிரமணியன் குறிப்பிடுகிறார்.

ஒட்டுமொத்தப் பார்வையில், அருளறம் சார்ந்த அரசியல் எனப்படுகின்ற சன்மார்க்க அரசியலே மனித சமுதாயத்தை வாழ்விக்க வல்லது' என்பது திரு.வி.க.வின் அரசியல் பார்வையாகக் காணக் கிடைக்கிறது.

தீவிரமாகச் செயலாற்றிய திரு.வி.க. சில காரணங்களால் அரசியலிலிருந்து ஒதுங்கினார். உடல் நலம் சிறிது கெட்டு திரு.வி.க. பல்லாவரத்தைத் தம் இருப்பிடமாக மாற்றிக் கொண்டார்.

தொழிலாளர் இயக்கம்

1908-ஆம் ஆண்டில் சுதேசி இயக்கத்தினரால் நாட்டில் பெருங்கிளர்ச்சி நடந்தது. இங்கிலாந்து தொழிற்சங்கத் தலைவர்

கிர் ஹார்டி உள்ளிட்ட பாராளுமன்ற உறுப்பினர்கள் இந்தியா வந்தனர்.

அப்போது சென்னையிலுள்ள 'ஸ்பென்சர் கம்பெனி'யில் சில பொருட்களை வாங்க வந்தார் கிர் ஹார்டி. அந்தச் சமயம் ஸ்பென்சர் கம்பெனியில் வேலை செய்து கொண்டிருந்த திரு.வி.க.விற்கு அவரை நெருங்கிப் பார்க்க வாய்ப்பு கிடைத்தது. அவருடைய வரலாறு, சுருக்கமாக இதழ்களில் வெளியாகியிருந்தது. அதைத் திரு.வி.க. படித்திருந்தார். தொழிலாளர் இயக்க விதையை முதன் முறையாகத் தன் நெஞ்சில் ஊன்றியது கிர்ஹார்டியின் காட்சியும், வரலாறும் ஆகும் என்று அவர் குறிப்பிடுகிறார்.

பின்னர் வெஸ்லி கல்லூரியில் தமிழ்ப்பணி ஆற்றிய போது, செல்வபதி என்பவர் ஆன்மிக அவை ஒன்றில் திரு.வி.க.வைப் பேச அழைத்தார். அவையில் தொழிலாளர் எண்ணிக்கையே அதிகமிருந்தது. தொடர்ந்து அவர் அந்த அவையின் நிகழ்ச்சிகளில் கலந்து கொள்ளும் போதெல்லாம் தொழிலாளர் எண்ணிக்கை அதிகமாக இருந்தது.

'இந்தியன் பேட்ரியாட்' ஏட்டில் வந்த மில் தொழிலாளர்களுக்கு நேர்கிற இன்னல்கள் குறித்த கட்டுரைகளை மொழிபெயர்த்துத் தேசபக்தன் நாளிதழில் வெளியிடுவதுண்டு. அந்தச் சமயம் 1918 மார்ச் மாதம் அவையின் சார்பில் ஒரு பொதுக்கூட்டம் நடைபெற்றது. திரு.வி.க. பேசுகையில் மேல்நாட்டில் தொழிலாளர் இயக்கம் தோன்றிய வரலாற்றையும், பொருளாதார விடுதலையின் சிறப்பையும், தொழிலாளர் சங்கத்தின் தேவையையும் விளக்கிப் பேசினார். உழைக்கும் தொழிலாளர்கள் அவரது பேச்சைப் பெரும் ஆரவாரத்துடன் வரவேற்றனர்.

கேசவப் பிள்ளை, செல்வபதி செட்டியார், இராமாஞ்சலு நாயுடு ஆகியோருடன் கலந்து பேசி 1918-ஆம் ஆண்டு ஏப்ரல் 17-இல் 'சென்னைத் தொழிலாளர் சங்கம்' தொடங்கப்பட்டது. தலைவராக பி.பி. வாடியா, துணைத் தலைவர்களாக திரு.வி.க., கேசவப்பிள்ளை ஆகியோர் பொறுப்பேற்றனர். திரு.வி.க. அவர்கள் காங்கிரஸ் கட்சியின் பரப்புரைக்காக வெளியூர் செல்லும்போதெல்லாம், தொழிற்சாலைகள் நிறைந்த இடங்களில் தொழிற்சங்கத்தின் தேவைகளைப் பற்றிப் பேசி, ஆங்காங்கே தொழிற்சங்கங்கள் உருவாகக் காரணமானார்.

அக்காலத்தில் பேர் பெற்றவர்களைத் தொழிற்சங்கத்தில் ஈடுபடுத்துவதை முக்கியமான தொழிலாளர் பணியாக அவர் நினைத்தார். எடுத்துக்காட்டாக ஒன்றைக் குறிப்பிடலாம். கடும் எதிர்ப்புக்கிடையில் 'போலீஸ் சங்கம்' தொடங்கியபோது தலைவராக எவரும் முன் வரவில்லை. 'தி ஹிந்து' ஆங்கில நாளேட்டின் ஆசிரியர் கஸ்தூரிரங்கன் அவர்களிடம் பேசி அவருடைய ஒப்புதலைத் திரு.வி.க. பெற்றார்.

தொழிற் சங்கங்கள் வளர்ந்தன. ஆங்காங்கே கதவடைப்பும், வேலை நிறுத்தமும் நடைபெற்றன. சென்னை ஆளுநர் லார்ட் பெண்ட்லன்ட் எச்சரித்தார். இந்தியாவுக்குத் 'தொழிலாளர் இயக்கம் தேவையற்றது' என்று பலர் கட்டுரைகள் எழுதினர். அவற்றிற்கெல்லாம் திரு.வி.க. மறுப்புகள் எழுதினார். இந்நிலையில் எல்லாச் சங்கங்களுக்கும் நடுநாயகமாக ஒரு தலைமைச் சங்கம் இருக்க வேண்டுமென்று அன்னிபெசண்ட் அம்மையார் விரும்பினார்.

1919-ஆம் ஆண்டு சங்கத் தலைவர் வாடியா மேல்நாடு சென்றார். அவர் சரோஜினி தேவியின் தங்கையரில் ஒருவரான

மிருணாளினி சட்டோபாத்தியாவைத் தொழிலாளர் இயக்கத்திலே ஈடுபடுத்தி விட்டுச் சென்றார்.

1920-ஆம் ஆண்டு மார்ச் மாதம் 21-ஆம் நாளில் மாகாணத் தொழிலாளர் மாநாடு முதன் முறையாகக் கூடியது. வரவேற்புரை தந்தவர் திரு.வி.க. ஏராளமான தொழிலாளர்கள் உள்ளூரிலிருந்தும், வெளியூர்களிலிருந்தும் கலந்து கொண்டனர். அவர் பெரிதும் மகிழ்ந்தார்.

தலைமைத் தொழிலாளர் சங்கம் ஜுலை மாதம் உருவானது. தலைவர் பொறுப்புக்குத் திரு.வி.க.வின் பெயர் கூறப்பட்டது. அவர் மறுத்தார். 'வாடியா மேல்நாட்டிலிருந்து திரும்பியதும் அவர் பொருட்டு திரு.வி.க. பதவி விலகக் கூடாது என்ற உறுதிமொழி அவரிடமிருந்து பெறப்பட வேண்டும்' என்று சிலர் வலியுறுத்தினர். முடிவில் திரு.வி.க. அவர்களே எல்லோராலும் தலைவராகத் தேர்ந்தெடுக்கப்பட்டார். மிருணாளினி செயலாளரானார்.

அந்நாளில் வாரந்தோறும் தலைமைச் சங்கம் சார்பில் கடற்கரையில் பொதுக்கூட்டம் நடைபெறும். நகரின் பல பகுதிகளில் இருந்தும் தொழிலாளர்கள் ஊர்வலமாகக் கிளம்பி முழக்கமிட்டவாறு வருவார்கள். ஒரு சங்கத்துக்குரிய தொழிற்சாலையில் கதவடைப்போ, வேலை நிறுத்தமோ நடந்தால் மற்ற சங்கத்தினர் உதவி செய்வர்; ஊக்கம் தருவர்; பொது வேலை நிறுத்தம் செய்யவும் தயாராக இருப்பார்கள். தலைவர்களுக்கிடையிலும், தொழிலாளர்களுக்கிடையிலும் அருமையான ஒற்றுமை இருந்து வந்தது.

இவையெல்லாம் ஆங்கிலேய ஆளுநர் வில்லிங்டனின் கண்களை உறுத்தாமலிருக்குமா ? தொழிலாளர் சட்டம் இயற்றப்

போகிறேன் என்று கிளம்பினார். அதற்கு முன்னோட்டமாக விசாரணைக் கூட்டம் அமைக்க நீதிபதி குமாரசாமி சாஸ்திரியாரைத் தலைவராக அமர்த்தினார்.

குமாரசாமி சாஸ்திரி பற்றி தொழிலாளர்கள் நன்கு அறிவார்கள். பஞ்சாப் படுகொலைக்கு ரௌலட் சட்டம்' மூலகாரணமாக இருந்தது. அந்தச் சட்டம் பிறப்பிக்கக் காரணமாயிருந்தது ரௌலட் விசாரணைக் குழுவாகும். அதில் உறுப்பினராயிருந்து, மறுப்பேதும் கூறாமல் கையெழுத்திட்டவர் குமாரசாமி சாஸ்திரி. எனவே அடக்குமுறையே பாயும் என்று தொழிலாளர்கள் அஞ்சினார்கள்.

"ரௌலட் சாஸ்திரி வேண்டாம்" என்று தொழிலாளரிடையில் கூக்குரல் எழுந்தது. தலைமைச் சங்கம் சார்பில் நகரின் பல பகுதிகளில் கண்டனக் கூட்டங்கள் நடத்தப்பட்டன. விசாரணைக் குழுவில் தொழிலாளர் பிரதிநிதிகளும் இருக்க வேண்டுமென்றும், குழுவின் தலைவரை அமர்த்தும் போது தலைமைச் சங்கத்தைக் கலந்து செய்ய வேண்டுமென்றும் தீர்மானங்கள் நிறைவேற்றப்பட்டன. தொழிலாளர் ஒற்றுமையைக் கண்டு வில்லிங்டன் தயங்கி நின்றார்.

இந்நிலையில் வாடியா மேல் நாட்டிலிருந்து திரும்பினார். வில்லிங்டன் தொழிற்சங்கப் பிரதிநிதிகளை அழைத்துப் பேசினார். எவரும் சாஸ்திரியார் தலைமையை விரும்பவில்லை. முடிவில் விசாரணைக் கூட்டம் அமைக்கும் யோசனையை கைவிட்டார் வில்லிங்டன்.

வாடியாவிடம் தலைமைப் பதவியை ஒப்படைத்து விட்டு திரு.வி.க. விலகினார். இதற்கு தலைமைச் சங்க நிர்வாகிகள்

எதிர்ப்பு தெரிவித்தனர். இன்னொரு கூட்டம் கூட்டப்பட்டது. திரு. வாடியா வரவில்லை. மிருணாளினி வரவில்லை. திரு.வி.க. தம் முடிவில் உறுதியாக இருந்தார். எனவே சக்கரைச் செட்டியார் தலைவராகத் தேர்ந்தெடுக்கப்பட்டார்.

பின்னி குழுமத்தில் அந்தச் சமயத்தில் ஒரு சிக்கல் காரணமாக வேலை நிறுத்தம் நடைபெற்றுக் கொண்டிருந்தது. பி.பி. வாடியா, திரு.வி.க. உள்ளிட்ட பத்துப்பேரை, சங்க நடவடிக்கைகளில் வாய் திறக்கக் கூடாது என வழக்கு தொடரப்பட்டது. அதனால் சங்க நிர்வாகத்தில் சில மனக் கசப்புகள் ஏற்பட்டன.

தொழிலாளர் சிக்கலைத் தீர்க்க முதலாளிகளுடன் வாடியா செய்து கொண்ட ஒப்பந்தம் சிக்கலை உருவாக்கியது. பின்னர் அவ்வழக்கு நிர்வாகத்தாராலேயே திரும்பப் பெறப்பட்டது. மீண்டும் திரு.வி.க. தலைவரானார். இந்தச் சிக்கல்களினால் சங்கம் சாயவில்லை; செழிப்பாகவே வளர்ந்தது.

புரட்சிகரமான கருத்துகள்

அப்போது தொடர்வண்டி மற்றும் ட்ராம் போக்குவரத்து, வங்கி போன்றவை தனியாரிடத்தில் இருந்தன. இதனால் ஒரு தரப்பாக செல்வம் குவியும் நிலை ஏற்பட்டது. இந்நிலை மாற, அரசு ஏன் இவற்றை ஏற்று நடத்தக் கூடாது என்று திரு.வி.க. பேசி வந்தார். வெறும் சம்பளம் பெறும் கூலிகளாக தொழிலாளர்கள் இருக்கக்கூடாது. முதற்கட்டமாக இலாபத்தில் ரூபாய்க்கு இரண்டணா என்ற அளவில் அவர்களுக்கும் பங்கு தரப்பட்டு தொழிலாளர்கள் உரிமை நிறுவப்பட வேண்டுமென்று பேசி வந்தார்.

இக்கருத்து 'நச்சு விதை' என்று சென்னை முதலாளிமார்களால் குற்றம் கூறப்பட்டது. திரு.வி.க. சார்ந்திருந்த காங்கிரஸ் இயக்கத் தலைவர்கள் பலருக்கும் இக்கருத்து வெறுப்பூட்டியது.

1921-இல் மே மாதத்தில் மீண்டும் பக்கிங்காம் கர்நாட்டிக் ஆலையில் வேலை நிறுத்தம் ஏற்பட்டது. தொழிலாளர் உரிமைகள் பறிக்கப்பட்டன. ஆலை நடைமுறையில் தலையிடும் அதிகாரம் தனக்கில்லை என்று அரசு ஒதுங்கிக் கொண்டது. தொழிலாளர் நலன் காக்கச் சட்டமுமில்லை. என்ன செய்வது என்ற சிந்தனையில் ஆழ்ந்தார் திரு.வி.க. போராடிப் பார்த்து விடுவது என்று முடிவு செய்தார். அனைத்துத் தொழிலாளர்களும் முழுவேலை நிறுத்தத்தில் ஈடுபட்டனர். இப்போராட்டம் ஏறக்குறைய ஆறுமாதங்களுக்கு நடைபெற்றது.

இனத்தின் பெயராலும், மதத்தின் பெயராலும் தொழிலாளர்களைப் பிரித்தாளும் தந்திரம் முதலாளிகளால் கையாளப்பட்டது. இந்தச் சூழ்ச்சிக்குப் பெரும்பங்கு தொழிலாளர்கள் இரை ஆகவில்லை. சங்கத்தின் வழி நின்று பாடுபட்டனர்.

நிர்வாகம், காவல்துறையை மட்டுமின்றி படைத்துறையையும் துணைக்கு அழைத்தது. அதன் உதவியுடன் சில தொழிலாளர்களை ஆசை காட்டி வேலைக்கு அழைத்தது. வெளியூரிலிருந்து ஆட்கள் திரட்டி வரப்பட்டார்கள். கருங்காலிகளுக்கும் வேலை நிறுத்தக்காரர்களுக்கும் பெரிய சண்டை நடைபெற்றது.

சிக்கல் அதிகமாயிற்று. ஆளுநர் வில்லிங்டன் நீலகிரியிலிருந்து வந்ததும் திரு.வி.க. உள்ளிட்ட சிலரை நாடு

கடத்தப் போவதாக செய்தி பரவியது. அது உண்மைதானென்றும், தலைமைப் பொறுப்பிலிருந்த பனகல் அரசர் அப்படிச் செய்தால் பெருங்குழப்பம் உண்டாகுமென்று தடுத்து விட்டதாகவும் பின்னர் தெரிய வந்தது.

தொழிலாளர்கள் மீது பொய் வழக்குகள் போடப்பட்டன. 'புதிய ஆட்களால் வேலையிடங்கள் நிரப்பப்படும்' என்பது போன்ற அச்சுறுத்தல்களை ஆட்சியாளர் விடுத்தனர். தொழிலாளர்கள் வேலைக்குத் திரும்பினர். அந்தச் சமயத்தில் திரு.வி.க.வின் உடல் நிலை சீர்கெட்டது. ஓய்வு வேண்டி சங்க நடவடிக்கைகளிலிருந்து ஒதுங்கி நின்றார்.

மீண்டும் 1935-இல் சங்கத் தலைவராகும் கட்டாயம் ஏற்பட்டது. இம்முறை ஆக்க வேலைகள் நடந்தன. இலெனின் வரலாறு, இரசியப் புரட்சி, காரல்மார்க்சின் தத்துவங்கள் முதலியவற்றைப் பற்றித் தொழிலாளர்க்கு வகுப்பெடுத்தார் திரு.வி.க.

1937-இல் காங்கிரஸ் ஆட்சி நடந்தது. 1921-க்குப் பின்னே சோர்வுற்றிருந்த கதவடைப்புகளும் வேலை நிறுத்தங்களும் மீண்டும் உயிர்த்தெழுந்தன. தொழிலாளர் இயக்கம் வலுப்பெற பலதரப்பட்ட கட்சிகள் அதனுள் தம் செல்வாக்கை நிறுவின.

14.4.1943-இல் சென்னைத் தொழிலாளர் சங்கத்தின் வெள்ளி விழா கொண்டாடப்பட்டது. திரு.வி.க. தீரமிக்க நெகிழ்ச்சியுரை நிகழ்த்தினார். 26.8.1943-இல் திரு.வி.க.வின் மணிவிழா மிகச் சிறப்பாகக் கொண்டாடப்பட்டது. கிட்டத்தட்ட 25 ஆண்டுகள் தொழிலாளர் இயக்கத்துடன் தொடர்பு கொண்டிருந்தார் திரு.வி.க. அதில் ஏறத்தாழ 11 ஆண்டுகள் தலைவராக இருந்தார்.

இதழியல் துறையில் தேசபக்தனும், நவசக்தியும் அவருடைய எழுத்துத் திறனை வெளிச்சம் போட்டுக் காட்டின. காங்கிரஸ் மேடைகளும், சன்மார்க்கக் கூட்டங்களும், தொழிற்சங்க அரங்குகளும் அவருடைய மிகச் சிறந்த மேடைப் பேச்சால் சிறப்புப் பெற்றன. அவருடைய தொழிற்சங்கப் பணிகளின் வெற்றிக்குத் தொழிலாளர் மீதான அவருடைய உண்மையான பற்றும், அவர்களின் வாழ்வில் பொருளாதார மறுமலர்ச்சியை உருவாக்க வேண்டும் என்ற கொள்கையும், அவர் தொகுத்துக் கூறிய சிந்தனைகளும் மட்டும் காரணமல்ல. கேட்பாரைப் பிணைக்கும் தன்மை கொண்டு மாற்றாரையும் தன் வசம் ஈர்க்கும் வண்ணம் அவருக்கிருந்த பேச்சாற்றலும் முக்கிய காரணம் என்பதை மறுப்பார் எவருமில்லை. எடுத்துக்காட்டாக ஒரு நிகழ்ச்சியைக் குறிப்பிடலாம்.

1967-ஆம் ஆண்டு தமிழ்நாட்டில் திராவிட முன்னேற்றக் கழகம் ஆட்சிக்கு வருவதற்கு முந்தைய காலகட்டம் அது. அக்கட்சியின் முன்னணித் தலைவர்களுள் ஒருவர் திரைப்பட நடிகர் திரு. எம்.ஜி.இராமச்சந்திரன் பாதியில் நின்றிருந்த ஒரு திரைப்படத்தில் சிறுவனுக்கு அவர் அறிவுரை சொல்வது போல் ஒரு பாடல் வரும். "நல்ல நல்ல பிள்ளைகளை நம்பி இந்த நாடே இருக்குது தம்பி!" என்பது பல்லவி. சரணத்தில் ஓர் இடத்தில் "கவிதைகள் வழங்கு பாரதியைப் போல்; மேடையில் முழங்கு திரு.வி.க. போல்," என்று வரும்.

அப்போது திராவிட முன்னேற்றக் கழகம் காங்கிரசை எதிர்த்துக் கொண்டிருந்த கட்சியாகும். திரு.வி.க. அவர்களோ நாடறிந்த காங்கிரஸ்காரராக இருந்தவர். பாடல் வரியோ அவரைப் புகழ்கின்றது. இதிலிருந்து மாற்றாரையும் தன் வசம் ஈர்க்கும் பேச்சாற்றல் திரு.வி.க.விற்கு உண்டென்று தெரிந்து கொள்ளலாம்.

ஆக்கப் பணிகள்

இராயப்பேட்டை 'சகோதர சங்க'த்தின் சார்பில் நடத்தப்பட்ட பள்ளிக்கூடங்களில் ஒன்று 'பவானி பாலிகா பாடசாலை'. 'தேசபக்தன்' பணிக்கு வந்ததும் அந்தப் பள்ளியைத் தன் மேற்பார்வையில் கொண்டு வந்து பல புதிய மாற்றங்களைச் செயல்படுத்தினார் திரு.வி.க.

இராயப்பேட்டையில் மகளிரை ஊக்குவித்து, மார்த்தா என்ற அம்மையாரின் நிர்வாகத்தில் ஒரு சங்கம் அமைக்க அவர் உதவினார். 'இராயப்பேட்டை மாதர் சங்கம்' என்பது அதன் பெயர். அவர் அடிக்கடி அங்குச் சென்று சொற்பொழிவாற்றுவார்.

நீதிபதி சதாசிவ ஐயர் முயற்சியில் கைம்பெண்களுக்கென ஓர் அமைப்பு உருவாக்கப்பட்டது. திரு.வி.க. உறுதுணையாக நின்றார். அதற்கென ஒரு கூட்டம் கூட்டப்பட்டது. திரு.வி.க. பேசுகையில், ஒரு பெண் எழுந்து நின்று "பெண்களுக்குரிய சிக்கலைப் பெண்களே பேசி முடிவெடுத்துக் கொள்கிறோம். நீங்கள் ஏன் தொல்லைப்படுகிறீர்கள்?" என்று கேட்டார்.

"ஆண்கள் தலையிடலாமா? வேண்டாமா?" என்று பெண்கள் மட்டும் வாக்களிக்குமாறு கேட்டார் தலைவர். எதிர்க்குரல் கொடுத்த பெண்ணைத் தவிர மற்ற அனைவரும் 'தலையிடலாம்' என்று வாக்களித்தனர். திரு.வி.க. பேச்சைத் தொடர்ந்தார் மீண்டும் அந்தப் பெண் எழுந்தார்.

"மனைவியை இழந்த நீங்கள், ஏன் ஒரு விதவையை மறுமணம் செய்து கொண்டு நாட்டு மக்களுக்கு நல்வழி காட்டக்கூடாது?" என்று கேட்டார்.

திரு.வி.க. புன்முறுவலுடன் பதில் சொன்னார் : "இக்கூட்டம் விதவை மணத்தை மட்டுமே குறிக்கோளாகக் கொண்டது அல்ல. அவர்களின் வேறு பல நலன்களையும் குறிக்கோளாகக் கொண்டது. விதவை மணத்துக்கு நான் எதிரியல்லன். அதே நேரம், விதவைகள் திருமணம் செய்து கொண்டே ஆக வேண்டும் என்றும் கருத்து கொண்டவனல்லன். திருமணம் என்பது தனிப்பட்டவர் விருப்பத்தைச் சார்ந்தது. எனக்கு விருப்பமிருந்தால் திருமணம் செய்து கொள்வேன். உங்கள் மனம் பொதுமையிலிருந்தாலும் கேள்வி தனி நபர் சார்ந்தததாக இருக்கிறது," என்று பதிலளித்தார். பின்னர் கூட்டம் சிறப்பாக நடைபெற்றது. சிறு அமைப்பு உருவாக்கப்பட்டது. நாளடைவில் அது வட நாட்டு அமைப்பொன்றுடன் இணைக்கப்பட்டது.

சீர்திருத்தப் பணிகள்

1919-இல் வட நாட்டிலே நடந்த மாநாடொன்றில் 'பொட்டுக் கட்டியவர்கள்' என்று அழைக்கப்பட்ட மகளிர் அனுமதிக்கப்படவில்லை. அதை எதிர்த்து தேசபக்தன் இதழில் கட்டுரை எழுதினார். காந்தியடிகள் அந்தப் பெண்களை 'வழுக்கி வீழ்ந்தவர்கள்' என்று அழைத்தார். திரு.வி.க.-வும் அதே பெயரைப் பயன்படுத்தினார்; "இவர்கள் ஏன் பொட்டுக்கட்டி திருமணம் செய்யாதவர்களாக வாழ வேண்டும்? இவர்களைத் திருமணம் செய்து கொள்ள முன்வருபவரே மிகப் பெரிய சீர்திருத்தக்காரர்," என்று எழுதினார்.

இத்தகைய பெண்களின் குறைகளை எடுத்துச் சொல்ல, திராவிட இயக்க முன்னணித் தலைவர்களுள் ஒருவரான மூவலூர் இராமாமிர்தம் அம்மையார் ஒரு மாநாடு கூட்டினார். அம்மாநாட்டிற்குத் திரு.வி.க. முழு ஒத்துழைப்பு கொடுத்தார்.

நவசக்தி இதழில் அது பற்றி எழுதினார். ஏறக்குறைய இரண்டு மணி நேரம் மேடையில் சொல்மாரி பொழிந்தார். அவர் சீர்திருத்தத் திருமணங்களை ஊக்குவித்தார், கலப்புமணத்தை வலியுறுத்தினார்; பரபரப்பில்லாமல் எளியமுறையில் தம்முடைய சீர்திருத்தப் பணிகளைத் தொடர்ந்தார்.

அந்தச் சமயம் டாக்டர் முத்துலட்சுமி அம்மையார் சட்டப் பேரவையில் ஒரு சட்ட முன் வடிவம் கொண்டு வந்தார். அது பெண்களுக்குப் பொட்டுக் கட்டி அவர்களைத் தேவரடியார்கள் என்று சீரழிப்பதை நிறுத்தி, அந்தப் பெண்களுக்கு மணம் செய்வித்து இயல்பு வாழ்க்கை வாழ வழி செய்வதாகும்.

இதற்கு எதிர்ப்புகள் கிளம்பின. பிற்போக்காளர்கள் மட்டுமல்ல. தேசீயவாதிகளிடமிருந்தும், சீர்திருத்தவாதிகள் என்று அறியப்பட்டிருந்தவர்களிடமிருந்தும் கூட எதிர்ப்பு கிளம்பியது. சமூகத்துக்கு அவர்கள் தேவையென்றும் அவர்கள் கோயில் பணிக்குப் படைக்கப்பட்டவர்கள் என்றும், அது சாத்திரச் சம்மதமுடையதென்றும் ஒரு கூட்டம் உளறி வந்தது. அவர்களுக்குத் தக்க பதிலை நவசக்தி இதழில் திரு.வி.க. வெளியிட்டார். அம்மையாரின் சட்ட முன் வடிவுக்கு பொதுக் கூட்டங்களிலும் பேசி ஆதரவு திரட்டினார்.

தனி மாந்தர் வாழ்வில் ஏற்படுகிற சீர்திருத்தமே பொதுவாழ்வு, அரசு என்று துறைகள் பலவற்றை நோக்கிய சீர்திருத்தமாக மலர்வதை, திரு.வி.க. சுட்டிக் காட்டுகிறார். நேர்மை, உயிர்களின் நலம் கருதல், இறைவழிபாடு இம்மூன்றையும் சீர்திருத்தத்துக்கான வழிமுறைகளாக அவர் முன்நிறுத்துகிறார். பல்வேறு வகையான சீர்திருத்தங்களை வற்புறுத்தும் அவர் வரதட்சணையைக் கடுமையாக எதிர்க்கிறார்.

தமக்கு வேண்டிய பொருளை வலிந்து கேட்டுப் பெண்ணை மணக்கின்ற ஆடவரின் இழிநிலையைத் அவர் வன்மையாகச் சாடுகிறார். "இத்தகைய தீயகுணம் படைத்த ஆடவர் திருமணம் செய்து கொள்வதற்கே தகுதியற்றவர்கள்; இந்தத் திருமணங்களில் பொருள் நாட்டம்தான் ஆடவனுக்கு மிகுந்திருக்கும்; பெண் மீது உண்மையான அன்பு நாட்டம் சிறிதும் இருக்காது," என்று அவர் கூறுகிறார்.

'மதம் மாறாமலே ஒரு மதத்தவர் இன்னொரு மதத்தவரை மணக்கும் உரிமை வேண்டும்' என்கிற புதிய பார்வையை அவர் முன் வைக்கிறார். "இதனால் சமய ஒற்றுமை ஓங்கும்; மதவாதமும் மதவெறியும் ஒழியும்," என்கிறார்.

சாதி ஒழிப்புப் பணி

சமயநெறியில் நின்று சமூகச் சீர்திருத்தம் காணவிழைந்த சித்தர்கள் பலராவர். சாதியைக் கண்டித்துக் குரல் கொடுத்த சித்தர்களுள் சிவவாக்கியர், பாம்பாட்டிச் சித்தர், கொங்கணர், பத்திரகிரியார் போன்றோரை முக்கியமாகக் குறிப்பிடலாம்.

"சாதியாவது ஏதடா?
சாதிபேதம் ஓதுகின்ற தன்மையென்ன தன்மையோ?"

என்று சிவவாக்கியர் சாதியை மறுத்துரைக்கிறார். பாம்பாட்டிச் சித்தர், ஒரு படிமேலே சென்று, "சாதிப் பிரிவினிலே தீயை மூட்டுவோம்!" என்று முழங்குகிறார்.

பிறப்பில் உயர்வு தாழ்வு கற்பிக்கும் அறக்கேட்டினை மறுக்கின்ற சிந்தனை கொண்ட திரு.வி.க. அவர்கள் புத்தர்,

திருவள்ளுவர், சைவ சமயக் குரவர்கள் வைணவ ஆழ்வார்கள், இராசாராம் மோகன்ராய் என்று பலரும் சாதி ஒழிப்பு நடவடிக்கைகளில் ஈடுபட்டுத் தொண்டாற்றி வந்திருப்பதை எடுத்தியம்புகிறார்.

அவர், சமுதாயத்தைச் சீரழித்துள்ள பெரு நோயாக சாதியைக் காண்கிறார். தம்முடைய நூலான 'பொதுமை வேட்டலில்' அவர் பின்வருமாறு வருந்தி எழுதுகிறார்.

> "பிறப்பிலே சாதி! மதத்திலே சாதி
> பேசிடும் மொழியிலே சாதி
> நிறத்திலே சாதி நாட்டிலே சாதி
> நீதியின் நிறைவினில் சாதி
> அறத்திலே சாதி ஆலயஞ்சாதி
> அழுகியபிணத்திலுஞ் சாதி
> புறத்தகஞ்சாதி நாற்றமே எங்கும்
> புங்கவ அழித்தல் நிற்கரிதோ?"

என்று சாதியத்தின் வேர்கள் எங்கெங்கெல்லாம் புரையோடி இருக்கின்றன என்று எடுத்துக் காட்டுகிறார்.

வயதால் மூத்து, காலத்தால் இறுகிப்போன கோட்பாடுகளைக் கட்டிக் கொண்டு அழும் முதியவர்களை விடுத்து, இளைஞர்களை நோக்கித் தம் கருத்துக்களை முன் வைக்கிறார் திரு.வி.க. இளம் வயதில் மனத்தில் பதியும் கருத்து 'பசுமரத்தாணி' போலப் பதியும்தானே !

தமது 'சீர்திருத்தம் அல்லது இளமை விருந்து' என்னும் நூலில், இளைஞர்கள் கடைப்பிடிக்க வேண்டியவை என்று ஐந்து கடமைகளை அவர் பட்டியலிடுகிறார்,

1. எக்காரணம் கொண்டும் பிறப்பில் உயர்வு தாழ்வு கருதாதீர்கள் !

2. பிறப்பில் உயர்வு தாழ்வு கருதி எவரையும் குருவாகக் கொள்ளாதீர்கள்; அக்கருத்துடன் எவர்க்கும் வந்தனை, வழிபாடு செய்யாதீர்கள் !

3. தீண்டாமையை முற்றும் விலக்குங்கள் !

4. பிறப்பில் சாதி வேற்றுமை குறிக்கும் எவ்வினைகளிலும் தலைப்படாதீர்கள் !

5. கலப்பு மணத்தில் கருத்திருத்தி அதை விரைவில் ஆற்றுங்கள். கலப்பு மணம் நாட்டில் பெருகப் பெருக சாதிவேற்றுமை தானே சாய்ந்துபடும்.

என்று தம் கருத்துகளைப் பட்டியலிடுகிறார். உலகம் தழுவிய நோக்கு கொண்ட திரு.வி.க. "இளைஞர்கள் ஓய்வு காலங்களில் வெளிநாடுகளுக்குச் சென்று திரும்புவரேல், அவர்க்குச் சாதி வேற்றுமையில் வெறுப்புத் தோன்றும். பல நாட்டவர் கூட்டுறவு, சாதி அழிவுக்கு ஓர் ஏதுவாகும்" என்று இளைஞர்களுக்கு மேலும் பல அறிவுரைகளைக் கூறுகிறார்.

கல்விச் சீர்திருத்தம்

கல்விச் சீர்திருத்தம் குறித்து தம்முடைய 'மனித வாழ்க்கையும் காந்தியடிகளும்' என்கிற நூலில், நல்ல கருத்துகளை திரு.வி.க. அவர்கள் முன் வைக்கிறார்.

"மனிதனின் வாழ்வில் ஊடுருவிப் பாய்ந்து அவனது வாழ்க்கைக்கு உறுதுணை செய்வதே கல்வியாகும். வெறும்

எழுத்துகளை மனப்பாடம் செய்வது கல்வியாகாது. அறிவு விளக்கத்துக்கும், உடல் வளத்திற்கும் வாழ்வு நலத்துக்கும் கல்வி தேவை. அறிவு விளக்கத்திற்கு இயற்கைக் கல்வியும், உடல் வளத்துக்குச் சிலம்பப் பயிற்சியும், வாழ்வு நலத்துக்குத் தொழில் அறிவும் இன்றியமையாதன," என்பது அவர்தம் கருத்து.

"நெட்டுருவேற்றித் தேர்வில் தேர்ச்சியடைந்து உத்தியோகம் பெறுவதே கல்வியென ஆகிவிடாது. வாழ்க்கையை விட்டுக் கல்வி பிரிந்து நிற்பதாகத் தோன்றுகிறது" என்று அவர் குறிப்பிடுகிறார்.

"கல்வி என்பது அறிவுடன் ஒன்றி வாழ்வில் கலப்பதாயிருக்க வேண்டும். கல்வியறிவின் பயன் ஒழுக்கமாகும். நூல்கள் பலவற்றைப் பயின்ற ஒருவன் ஒழுக்கமில்லாதவனாக இருந்தால் அவன் கல்வியாளனாகான்; ஒரு நூலையும் படிக்காத ஒருவன் ஒழுக்கம் மட்டும் உடையவன் ஆயின் அவன் கல்வியாளனாகிறான்," என்று அவர் உறுதிபடக் கூறுகிறார்.

"நமது நாட்டு அற ஒழுக்கங்களையும், மேல்நாட்டுச் சுகாதார முறைகளையும் ஒன்றுபடுத்தி இக்கால வாழ்வுக்கு ஏற்ற ஒழுக்கக் கல்வியை வளர்க்க வேண்டும்," என்ற சீர்திருத்தக் கருத்தை அவர் முன் வைக்கிறார். அவர் புறச்சீர்திருத்தத்துடன் அகச்சீர்திருத்தத்துக்கும் முக்கியத்துவம் கொடுத்தவர் என்றால் அது மிகையல்ல.

பெண்கள் மீது பரிவு

இளமைத் திருமணத்தை ஒழிக்கக் கொண்டு வரப்பட்ட 'சாரதா' சட்டத்துக்கும், வழக்கம் போல எதிர்ப்புகள் கிளம்பின. அந்தச் சட்டத்தின் முன்வடிவுக்கும் ஆதரவை உருவாக்குவதில்

முனைந்தார் திரு.வி.க. பெண்களுக்கு இழிவு நேருமாயின் அதை உடனே ஆண்மகன் விரைந்து போக்க வேண்டும் என்பது அவருடைய கருத்து. தம் வாழ்க்கையில் அதுபோல் தாம் நடவடிக்கை மேற்கொண்ட நிகழ்ச்சிகளைக் கூறுகிறார்.

மனைவியைச் சாட்டையால் அடித்த குதிரை வண்டிக்காரனைத் துரத்தியது; இளம் பெண்களிடம் தகாத முறையில் பேசி நடுவாயிலில் நின்று குளித்தவரைக் கண்டித்தது; மருமகளை அடித்து உதைத்து இரத்தம் வரச் செய்த ஒரு மாமியார், பரணிலிருந்து விறகு எடுக்கும்போது சரிந்து விழுந்து காயங்கள் ஏற்பட்டதாக மருமகளைச் சொல்ல வைத்தபோது அந்த மாமியாரைக் காவல்துறை மூலமாக மிரட்டி அடக்கியது முதலிய நிகழ்ச்சிகள் அவற்றில் சில.

பெண்களுக்கு ஆதரவாகவே எந்நாளும் தம் கருத்தை அவர் முன் வைத்தார். "குடும்பத்தின் தலைமைப் பொறுப்பில் உள்ள ஆண்கள் தங்களின் கடமையை மறந்துவிட்டனர். அத்துடனின்றித் தன்னலம் காரணமாக, பெண்ணுக்குத் தீமை பலவும் செய்யத் துணிந்து விட்டார்கள்," என்று வருத்தப்படும் திரு.வி.க. பெண்ணின் பெருமை அல்லது வாழ்க்கைத் துணை என்ற நூலில், "குடும்பத்தில் தலைவிக்குரிய உரிமையைப் போற்றி நடத்தலே தலைவனுக்குரிய பண்பாகும்!" என்று வற்புறுத்துகிறார்.

"ஆண் பெண்ணைத் தனக்குரிய பணியாளாக எண்ணிய நாள் முதல் கொண்டு பெண், உரிமை இழக்கலானாள்," என்று எழுதும் திரு.வி.க. "ஆடவர்கள் தங்கள் விருப்பப்படி திரிவதற்காகவும், களியாட்டத்தில் வரம்பு மீறி இறங்குவதற்காகவும், அடக்கு முறைகளைப் பெண்களுக்கு

விதித்து அவர்களைப் பொம்மைகள் போலாக்கிவிட்டனர்," என்று தெளிவாக இயம்புகிறார்.

ஆண் ஒருவன் பெண்கள் பலரைத் திருமணம் செய்யும் முறையை வன்மையாகக் கண்டிக்கிறார். ஒருவனும் ஒருத்தியும் இணைந்து வாழும் ஒரு தார மணத்தையே அவர் வற்புறுத்துகிறார். கற்பொழுக்கம் பெண்களுக்கு மட்டுமல்ல - ஆண்களுக்கும் தேவையானது என்று வலியுறுத்துகிறார்.

"பெண் ஒழுக்கம் காத்தல் வேண்டுமென்பதை ஒரு முறைக்குப் பலமுறை நான் வலியுறுத்துகிறேன். அவ்வொழுக்கம் ஆணுலகிற்கும் வேண்டற்பாலதென்று அவ்வளவில் வலியுறுத்துகிறேன். ஆணுலகில் தூய்மை இல்லையெனில், பெண்ணுலகில் தூய்மை எங்ஙனம் ஏற்படும்? தீயொழுக்கமுடைய ஒருவன் நல்லொழுக்கமுள்ள ஒருத்தியின் உடல்நலத்தைக் கெடுத்துப் பிறக்கின்ற பிள்ளையையும் நோய்வாய்ப்படுத்துகிறானல்லவோ?" என்று அவர் கேட்பது, "கற்பு நிலையென்று சொல்ல வந்தால் அதை இரு கட்சிக்கும் பொதுவில் வைப்போம்" என்று கூறிய பாரதியாரின் வரிகளை நினைவுபடுத்துகிறது.

'ஒருவனுக்கு ஒருத்தி' எனும் நிலையில் ஊன்றி நின்று, பெண்ணாசையைத் துறத்தல் என்பதைத் திரு.வி.க. தம் வாழ்விலே கடைப்பிடித்தொழுகினார். அவர் மனைவி மறைந்த பின் வேறு பெண்ணைத் திருமணம் செய்து கொள்ளுமாறு உறவினர்களும் நண்பர்களும் வலியுறுத்தியபோது, அதை அவர் மறுத்ததிலிருந்து அதைத் தெரிந்து கொள்ளலாம்.

"குடும்பநலம் பேணும் நெறியில் பெண்ணிடத்துள்ள தெய்வத்தன்மையை நினைந்து நினைந்து தானும் பெண்தன்மை

பெறுவது மற்றொரு நிலையாகும். பெண் தன்மை என்பது அருள் தன்மையாகும். அதாவது எவ்வுயிர்க்கும் செந்தண்மை பூண்டொழுகும் அந்தண நிலையாகும். இதுவே தலைவனின் நோக்கமாக இருக்க வேண்டும்" என்று ஆண்களுக்கு அறிவுரை கூறும் திரு.வி.க. பெண்களுக்குப் பின்வருமாறு கருத்துரைக்கிறார்:

"நம் பெண் மக்கள் பெரும்பாலும் ஆண்மக்களின் வருவாயையே எதிர்பார்த்துக் கொண்டிருக்கிறார்கள். ஆண்களின் வருமானத்துக்குத் தடை நேரும் காலத்தும் - பெண் மக்கள் எப்படியாவது குடும்பத்தை நடத்தும் ஆற்றலுள்ளவர்களாக இருத்தல் வேண்டும். கல்வியறிவு பெறாமலும், கைத்தொழில் பயிலாமலும் திருமண வயதை எட்டி, ஒருவனுக்கு வாழ்க்கைத் துணையாய் அமரும் பெண்மகளின் வாழ்வு இரங்கத்தக்கது. "நாயகன் பணியிலிருந்து விலக்கப்படினும் நோய்வாய்ப்படினும் அல்லது மரணமடையினும் நாயகி எவர் உதவியையும் நாடாது, தன் கல்வியறிவால், கைத்தொழிலால் தன் வயிற்றை வளர்த்துக் கொள்ளத்தக்க நிலையில் இருத்தல் வேண்டும். அவள் அண்ணன் வீட்டை அணைவதும், அண்ணி கையை எதிர்பார்ப்பதும், மைத்துனன் வீட்டை நண்ணுவதும், மற்றவர் வாயில்படியை மிதிப்பதும் இழிவு" என்று தெளி வுரைக்கிறார்.

ஒரு பாட்டன் தன் பேத்திக்கு, அல்லது ஒரு தந்தை தன் மகளுக்குச் சொல்லும் அறிவுரை போன்று நேசமும், நெகிழ்ச்சியும், உண்மையும் கலந்து நம் நெஞ்சைத் தொடுகின்றன திரு.வி.க.வின் கருத்துகள்.

'உடலோம்பலில் பெண்கள் கவனம் கொள்ள வேண்டும்' என்பது அவர் கருத்து.

"வேலை செய்யாது சோம்பிக்கிடக்கும் செல்வர் வீட்டுப் பெண்களுக்கும் உடற்பயிற்சி மிகவும் அவசியம். இது பேறுகாலங்களில் துணை செய்யும்" என்று அவர் குறிப்பிடுகிறார். மேலும் ஆடம்பர நகைகள், உடைகள் மீது நாட்டமின்றிப் பெண்களை வளர்க்க வேண்டுமென்றும் பெண்ணைப் பெற்றவர்களுக்கு அறிவுரை கூறுகிறார்.

குடும்பம் எனும் அமைப்பைப் பெரிதும் வரவேற்பவர் அவர். "குடும்பத்தில் உறவு உண்டு; ஒழுங்கு உண்டு; ஒருமைப்பாடு உண்டு. அஃதோர் அமைப்பு. அமைப்புக்குக் கால் கொள்ளுமிடம் குடும்பமென்க" எனும் திரு.வி.க. முத்தாய்ப்பாக "எந்தக் குடும்பப் பிரிவையும் நான் விரும்புவதில்லை. ஒல்லும்வகையில் பிரிவை ஒருமைப்படுத்துவது எனது இயல்பு. குடும்பம் ஒரு சிறிய நாடென்பதும் அது பின்னர் பெரிய நாடாக வளர்தல் வேண்டுமென்பதும், ஆதலின் குடும்பங்கள் நேயத்தில் கட்டுப்படுதல் வேண்டுமென்பதும் அதற்குச் சிதைவு நேர்தல் கூடாதென்பதும் எனது உள்ளக்கிடக்கை" என்று தம்முடைய வாழ்க்கைக் குறிப்புகளில் கூறுகிறார்.

பெண்கள் தலைமை

'சைவ சித்தாந்த மகா சமாஜ'த்தின் கூட்டங்களிலும், ஆண்டு விழாக்களிலும் மாதர்களே தலைமை தாங்க வேண்டும் என்று அவர் வற்புறுத்தி வந்தார். 'சைவத்தை நிலை நிறுத்தியவர்கள் திலகவதியார், மங்கையர்க்கரசியார் போன்ற பெண்மணிகள்' என்பதைச் சுட்டிக்காட்டுவார்.

1940-களில் 'வேதாந்த சபை'களில் பெண்கள் சொற்பொழிவு ஆற்றுவதில்லை. பெண்கள் உபநிடதங்கள் அருளியதையும்,

சங்கரர் வரலாற்றில் வரும் பெண்கள் சிறப்புகளையும் கூறி, பெண்களை வேதாந்தம் தள்ளி வைக்கலாகாது என்று தெரிவித்தார்.

சென்னையில் **1938**-இல் மீனாட்சிசுந்தரனார் முயற்சியால் நடந்த மாநாட்டில் "பேச்சாளர்களில் பாதிப்பேர் பெண்களாயிருத்தல் வேண்டும். அப்போதுதான் நான் தலைமையேற்பேன்" என்று நிபந்தனை போட்டார். அப்படியே நடத்தியும் காட்டினார்.

"பெண்களும் சங்க நூல்களைப் பற்றிப் பேச வந்துவிட்டார்களா ?" என்று முணுமுணுத்தனர் சிலர். தமிழ்மொழி பெண்மை வாய்ந்ததென்றும், சங்கப் பாடல்களைப் பெண்களும் எழுதியுள்ளனரென்றும், பெண்கள் சங்க நூல்களைப் பற்றிப் பாடம் சொன்னால் ஆண்கள் அதைக் கேட்பது கடமையென்றும் பதிலடி தந்தார்.

பெரியாருக்கும், திரு.வி.க.வுக்கும் கருத்து வேறுபாடுகள் இருப்பினும், பெரியாரான ஈ.வெ.ரா. அவர்களின் மனைவி நாகம்மையார் இறந்தபோது அவருடைய படத்தைத் திறந்து வைக்க திரு.வி.க. அவர்களைத்தான் பெரியார் அழைத்தார். பெண்கள் மீது மிகுந்த மதிப்புக் கொண்டவர் திரு.வி.க. என்பதே அதற்குக் காரணம்.

கலப்புத் திருமணத்தைப் பெரிதும் ஆதரித்தவர் திரு.வி.க. அவர்கள். சைவ சமயத்தைச் சேர்ந்த தம்முடைய நண்பரின் மகனும் கிறித்துவ சமயத்தைச் சேர்ந்தப் பெண்ணும் மதம் மாறாமலே திருமணம் செய்து கொண்டதையும், திருமணத்திற்குத் தாமும் தம் அண்ணனும் சான்று பதித்ததையும் தம் வாழ்க்கைக்

குறிப்புகளில் நினைவு கூர்கிறார். அவர்களுக்கு ஒரு குழந்தை பிறந்தது. அது சமரச சன்மார்க்கத்தைத் தழுவலாம் என்றும், ஒரே குடும்பத்தில் பல சமயத்தைச் சேர்ந்தவர்கள் வாழும் உரிமை வேண்டுமென்றும் தெரிவித்துத் தம் புதுமை எண்ணத்தைப் புலப்படுத்துகிறார்.

வெளிப்படையான அணுகுமுறை

அவர் பல்வேறு துறைகளில் களப் பணியாற்றிய பட்டறிவு உடையவர். அவர் எழுதிய 'திரு.வி.க. வாழ்க்கைக் குறிப்புகள்' இன்னொரு 'சத்திய சோதனை'யாகும். தன் வரலாறு என்பது பொதுவாகத் தன் கதாநாயகத் தன்மையை உரத்த குரலில் முழங்கிடும் ஆவணமாக, குறைகளே இல்லாத தெய்வீகத் தன்மை உடையவராகத் தன்னைக் காட்டிக் கொள்ளும் முயற்சியாக அமைவதைப் பல தருணங்களில் காண்கிறோம்.

ஆனால், திரு.வி.க. அவர்கள் தம்மை வெளிப்படையாக முன் வைக்கிறார் : "மதவாதியாகவும், மதவெறியனாகவும் கிடந்த என்னைச் சீர்திருத்திச் சமரச சன்மார்க்கத்தை உணருமாறு செய்த பெரியோர்கட்கும், நூல்களுக்கும் நான் வணக்கம் செலுத்துகிறேன்" என்று தம்முடைய வாழ்க்கைக் குறிப்புகளில் குறிப்பிடுகிறார்.

"கோயிலுக்குச் செல்லும் சிறு அதிகாரியும், தெய்வம் போல வரவேற்கப்படுகிறான். இயந்திர இயக்கமான செக்கு மாடுகளாவது கண்திறந்து வழியைக் கண்டு செல்லும். கோயில் இயந்திரங்கட்குக் கண்ணே கிடையாது. அவரவர் விரும்புமாறு ஆடியும் பாடியும் தொழுதும் வரலாம். கட்டுப்பாடுகள் எதற்கு? கட்டணம் என்னும் பேய் கோயிலை விட்டு அகல்வதே இல்லை.

நுழைவுக்கு இவ்வளவு, அபிசேகத்துக்கு இவ்வளவு, ஆராதனைக்கு இவ்வளவு - உற்சவத்துக்கு இவ்வளவு - என்று கட்டணத்திட்டம் கோலப்பட்டிருக்கிறது. இக்கட்டுகள் கடவுளுக்கு உகந்தனவாகுமா ? கோயில் நினைப்பு சில சமயம் பேச்சாகும். வேறு என்ன ஆகும் ?'' சுங்கச் சாவடியா ? கள்ளர் குகையா ? என்று நினைப்பேன். நினைப்பு சில சமயம் பேச்சாகும். வேறு என்ன ஆகும் ?'' என்று கேட்கிறார்.

அக்காலத்தில், சில கோயில்களில், மேல் சட்டையைக் கழற்றி விட்டும், துண்டை இடுப்பில் வரிந்து கட்டிக் கொண்டும் கோயிலுக்குள் நுழைய வேண்டுமென்ற மரபுகள் முக்கியமானவர்கள் சிலருக்குத் தளர்த்தப்பட்டன. அதை அவ்விடத்திலேயே அவர் கண்டனம் செய்தார்.

கோயில்களில் விலங்குகளைப் பலியிடும் கொடுமையை எதிர்த்து, சமண அமைப்பான 'ஜீவரட்சா சபை' போன்றவற்றில் உரையாற்றினார்.

கோயில்களுக்குள் உள்ள ஓவியங்களைப் பாதுகாப்பதிலும் பக்தர்கள் கவனம் செலுத்த வேண்டுமென்கிறார். "ஓவியங்களில் மனம் ஒன்ற ஒன்ற- புலன்களடங்கி, மனம் ஒருமுகப்படுவதை அழகாக உணரலாம் என்றும், அகப்பகைகள் சாய்ந்து, கரணங்கள் ஒருமைப்படுகின்றன; உள்ளொளி உருவாகிறது; அது உயிருக்கு நலம் செய்கிறது; உடலுக்கு வளம் சேர்க்கிறது" என்றும் கூறுகிறார் திரு.வி.க.

புலால் உணவை நீக்கி, மரக்கறி உணவை மேற்கொள்ளும் பழக்கத்துக்கு அவர் ஆதரவாளர். மரக்கறி உணவை மட்டும் உண்ணுமாறு மக்களிடையே கருத்துப் பரப்புவதற்காக ஏற்பட்ட அமைப்புகளில் அவர் தம் கருத்தை வலியுறுத்திப் பேசுவார்.

அன்றைக்கு வழியில் பார்க்கப்பட்ட ஒரு பழக்கம் இன்றைக்கு அறிவியல் வழியிலும் பொருந்தி வருகிறது. புலால் உணவினால் அதிகக் கொழுப்பு, இரத்தக் கொதிப்பு போன்றவை உருவாகி இரத்த நாள அடைப்பு ஏற்பட்டு மாரடைப்பு போன்ற தீய விளைவுகள் உண்டாகின்றன. உடல் பருத்து அதுவே ஒரு நோயாகிவிடுகிறது. கீரை, பச்சைக் காய்கறிகள், பழங்கள் போன்ற மரக்கறி உணவுகள் நார்ச்சத்து அதிகம் கொண்டுள்ளமையால் உடல் நலத்துக்குத் துணை நிற்கின்றன என்பது உறுதி செய்யப்பட்டிருக்கிறது.

தொண்டு

வாழ்க்கையில் அடிப்படையான சில கேள்விகள் தொடர்ந்து வந்து கொண்டிருக்கின்றன. அவற்றை அலசி ஆராய்ந்து முடிவு காண்பதில் திரு.வி.க. திறமையானவர். அதற்கு அவருடைய நீண்ட வாழ்க்கைப் பட்டறிவுகள் துணை நின்றன. உற்றார் உறவினருக்கு என்று மட்டுமில்லை; பகைவர்களுக்கும், தவறு செய்தவர்க்கும் கூட, அவர்கள் உடல்நிலை கெட்டிருந்தபோது தான் ஓடியாடித் தொல்லைப்பட்டு உதவி புரிந்ததை நினைவு கூறும் அவர். "அத்தொண்டு பயன் எதிர்பாராமல் செய்யப்பட்டதா? அல்லது பயன் எதிர்பார்த்து செய்யப்பட்டதா?" என்று தம்மைத் தாமே திறனாய்வு செய்கிறார்.

திரு.வி.க.வின் சொற்கள் "ஓர் எழுத்தாளன் என்பவன், தன்னுள் அடிக்கடி உள்முகப் பயணம் செய்து, சுய விமர்சனத்திற்கு உள்ளாக்கிக் கொண்டு தன்னைப் புதுப்பித்துக் கொள்ள வேண்டும் - பாம்பு சட்டையை உரித்துக் கொள்வதைப் போல" எழுத்தாளர் ந.பிச்சமூர்த்தியின் கருத்தை

நினைவுபடுத்துகின்றன. பெரியோரெல்லாம் ஒரே போக்கில்தான் சிந்திக்கிறார்கள் என்பதைத் தெரிந்துகொள்ளலாம்.

திரு.வி.க. உடல் நலமுடையவர்; பெருங்குரலுடையவர்; பேச்சுத் திறமை வாய்ந்தவர். இவையெல்லாம் இயற்கையாகவே அவருக்கு அமைந்திருந்தன. "அந்தப் பேச்சுத்திறன் புகழை நாடியது. அப்போது அது இன்பமாகத் தோன்றியது. இப்பொழுதோ அது துன்பமாகத் தோன்றுகிறது," என்று கூறுகிறார். தம்முள் புகழ்நாட்டம், நிலைத்து நிற்கவில்லை என்று கூறி, 'தியோசோபிக்கல் சங்க' அறிஞர் நட்பும், கிறித்தவ அன்பர் கூட்டுறவும் அதற்குக் காரணங்களாக இருந்திருக்கலாம் என்று கருதுகிறார்.

'அம்மாற்றம் தம்முள் எப்போது, எப்படி நிகழ்ந்தது?' என்பதைக் குறிப்பிட முடியவில்லை எனும் அவர் 'ஒருவேளை குடும்ப வாழ்க்கை அம்மாற்றத்திற்குப் பெரும்பங்கு ஆற்றியிருக்கலாம்' என்கிற தீர்மானத்திற்கு வருகிறார்.

'நாட்டுத் தொண்டு செய்வதற்கு வசதி வேண்டும். மாடி வீடு வேண்டும். வண்டி வாகன வசதி வேண்டுமென்று சிலர் நினைக்கிறார்கள்' என்று சுட்டிக் காட்டும் திரு.வி.க. தம்மைப் பற்றி "நான் ஒன்றுமில்லாதவன்; வாடகை வீட்டில் வசிப்பவன். எனினும் என்னால் இயன்ற அளவு நாட்டுத் தொண்டு புரிகிறேன். செயல் தொண்டானால் மனம் வசதியை நாடாது; அதற்குத் தொண்டே செல்வமாகும்," என்று குறிப்பிடுகிறார்.

1924, 1925, 1926-ஆம் ஆண்டுகளில் நடந்த நகர் மன்றம், சட்டப்பேரவை தேர்தல்களில் காங்கிரஸ் கட்சி போட்டியிட்டது. திரு.வி.க. அவர்களை நகர் மன்றம், சட்டப் பேரவை

ஆகியவற்றுக்குப் போட்டியிட வைக்க மற்றத் தலைவர்கள் விரும்பினார்கள்.

"அரைகுறை சுயராஜ்யம் ஆபத்தானது. அதில் தொண்டாற்றுவது கடினம். சுத்த சுயராஜ்யம் மலரும் வரை என் போன்றோர் பதவிகளின் மீது நாட்டம் செலுத்தக் கூடாது" என்று திரு.வி.க. ஒதுங்கிக் கொண்டார்.

அவருடைய நண்பர் சீனிவாச ஐயங்கார், திரு.வி.க.வின் பொருளாதார வசதிகள் மேம்பட வேண்டுமென்று ஆசைப்பட்டார். "ஒரு வீடு சொந்தமாகவும், ஒரு காரும் வேறு சில வசதிகளும் உங்களுக்குத் தேவை," என்றார். திரு.வி.க. "எனக்கு நவசக்தி, அச்சுக்கூடம் உண்டு. அவ்வப்போது சில நூல்கள் எழுதுகிறேன். அதில் சிறிதளவு வருமானம் கிடைக்கிறது. குடும்பம் நடத்த இது போதும். மாடியோ, குடிசையோ, மோட்டார் காரோ, ஜட்காவோ, நடைப்பயணமோ எல்லாம் எனக்கு ஒன்றுதான்.

"செருப்பின்றி குடையின்றி பதைபதைக்கும் வெயிலில் தார்ச்சாலையில் நான் நடந்து செல்கையில் எத்தனையோ நண்பர்கள் தங்கள் காரை நிறுத்தி என்னை அதில் ஏற்றி நான் சேர வேண்டிய இடம் சேர்த்திருக்கிறார்கள். எனக்கு எதற்குத் தனியாகக் கார்?" என்று மறுத்துவிட்டார்.

"இயற்கை இறையின் கொடை அளவில் நின்று வாழ்க்கை நடத்துவதே அறம். எனக்கு வீடும், வண்டியும் பிறவும் தேவை என்று இயற்கை இறை உளங்கொண்டால் எனது வருவாய்தானே பெருகும்!" என்றும் அவர் தெரிவித்தார்.

காங்கிரஸ் மாநாடு வட இந்தியாவில் நடக்கும் காலங்களில் திரு.வி.க.விற்கு அழைப்பு வரும். தொகை இல்லாமை காரணமாக

போகாமல் இருந்து விடுவார். தமிழ்நாடு அளவில் தொண்டு செய்வதற்கு இறைவன் அருளியதே தமக்கு மகிழ்ச்சி என்பார்.

தமக்கென்று சேமிப்புத் தொகையோ, பெட்டியோ அவரிடம் கிடையாது. அண்ணன் இல்லாதபோது புத்தக விற்பனை நடந்தால், அந்தப் பணம் வேறு சிலரின் பயன்பாட்டுக்குப் போய்விடும். அவர் கையில் பொருள் தங்குவதில்லை. அதனால் 'தன்னைக் காப்பதற்கென்றே ஓர் அண்ணனை ஆண்டவன் அளித்தான் போலும்' என்று மனம் நெகிழ்வார்.

சென்னையைச் சுற்றியுள்ள இடங்களில் நடைபெறும் நிகழ்ச்சிகளுக்குச் செல்லும் போது வழிச் செலவுக்கு அண்ணனிடமிருந்தே காசு பெற்றுச் செல்வார். தொலைவில் நடக்கும் நிகழ்ச்சிகளுக்கு, ஏற்பாடு செய்த அமைப்புகள் வழிச் செலவை ஏற்கும். சில நேரங்களில் தவிக்கவும் விட்டுவிடும். ஆனால், சில நேரங்களில் அப்படித் தரப்படும் பயணச் செலவில் கொஞ்சம் சில்லரை மிச்சப்படும். அதற்கென்று யாரேனும் வந்து விடுவார்கள்.

'பொருட் பெருக்கால் தன் தொண்டுக்குத் தடை வருமென்று ஆண்டவன் நினைத்தானோ என்னவோ?' என்று அவர் கருதுகிறார். தொழிலாளர் தொண்டு பற்றி, "செல்வமிருப்பவர்கள் தொழிலாளர்களின் தலைவராகலாம்; தொண்டராவது சாத்தியமா?" என்று அவர் கேட்கிறார்.

எத்தனையோ கதவடைப்புகள், வேலை நிறுத்தங்கள், தடியடிகள் துப்பாக்கிகளைக் கண்டது அவரது தொழிலாளர் இயக்கத் தொண்டு. நெருக்கடியான நேரங்களில் அவரது தொண்டு ஊக்கமும் வேகமும் பெற்று எழும்.

திரு.வி.க.வின் உறவினர் ஒருவர் அரசுப் பணியில் இருந்தார். அவர், வறுமையில் இருந்த திரு.வி.க. அவர்களை அவமானம் செய்தார்; அந்த உறவினர் திடீரென வேலை இழந்தார். மிகப் பெரும் ஆர்ப்பாட்டம் செய்யும் அவர், வால் குழைத்து, வளைந்து நெகிழ்ந்து வேலையை மறுபடி பெற முயற்சி செய்தார். பயனில்லை.

பழைய கசப்புகளை மனத்தில் கொள்ளாமல் திரு.வி.க. அவருக்குத் தம்முடைய முயற்சியால் பழைய வேலையைப் பெற்றுத் தந்தார்.

பெரிய தலைவர்களுடன் திரு.வி.க.விற்கு நெருங்கிய தொடர்பு இருந்ததால், இளைஞர் பலர் வேலை பெறுவதற்கென அவரை அணுகுவர். தம்மால் இயன்றதை, நியாயமானவர்க்குச் செய்வார்.

கல்வி ஆண்டின் தொடக்கத்தில் மற்றப் பணிகளை ஒதுக்கி வைத்துவிட்டு, ஏழை மாணவர்களைப் பள்ளி, கல்லூரிகளில் சேர்ப்பதிலும், பிற உதவிகள் பெற்றுத் தருவதிலும் கவனமாக இருப்பார்.

"எல்லாரும் மனிதரே! எல்லாரையும் மனிதரென்று உணரச் செய்வதே சிறந்த சீர்திருத்தத் தொண்டு. மற்றையது கூக்குரல். கூக்குரலிடுவோர் வசைமொழிகளை ஏற்றுக்கொள்வதும் எனது தொண்டின் கூறுகளுள் ஒன்று," என்று அவர் தம் வாழ்க்கைக் குறிப்புகள் நூலில் குறிப்பிடுகிறார்.

சென்னையில் காங்கிரஸ் ஆட்சி நடைபெற்ற போது, கொடுங்கோலன் நீலன் உருவச்சிலை அகற்றப்பட்டது. அதேபோல் தொழிலாளர் போராட்டத்தை ஒடுக்கி, இதழ்கள் மீது அடக்குமுறையையும் ஏவிய வில்லிங்டன் உருவச் சிலையையும் அகற்ற வேண்டும் என்று நவசக்தியில் எழுதினார்.

சமயமும் சன்மார்க்கமும்

திரு.வி.க. அவர்கள் கதிரைவேல் பிள்ளையின் வரலாற்றை எழுதினார். அதில் கடவுள் வாழ்த்தை எழுதுகையில் திருமாலைப் போற்றி எழுதியிருந்தார். இப்புத்தகத்தை வெளியிட்ட சைவ சித்தாந்த சபை திருமால் வாழ்த்தை நீக்கிவிட்டது. இது முதலில் அவருக்குத் தெரியாது.

வெளியீட்டு விழா மேடையிலேதான் அச்செய்தி தெரிய வந்தது. ஒன்றும் சொல்லவும் முடியாமல், செய்யவும் முடியாமல் தவித்துப் போன திரு.வி.க. தம்முடைய சொற்பொழிவில் நீக்கப்பட்ட அப்பாடலைச் சேர்த்துச் சொல்லிவிட்டே வந்தார்.

சில ஆண்டுகளுக்குப் பிறகு திரு.வி.க. அதே சபையில் வாதவூரடிகள் புராணச் சொற்பொழிவாற்றச் சொல்லச் சென்றார். திருமால் வாழ்த்தைச் சொல்லிவிட்டுச் சொற்பொழிவைத் தொடங்கினார். சபையார் எதிர்ப்பு தெரிவித்தனர். திரு.வி.க. தம் கருத்தில் உறுதியாக இருந்தார். சொற்பொழிவு பாதியில் நின்றது. சமய ஒற்றுமை என்ற தம் கருத்தில் மாறாமல் நின்றதற்கு திரு.வி.க. அவர்களுக்குக் கிடைத்த பரிசு அது.

பிறப்பால் சிவனியத்தைச் சேர்ந்தவராயினும் வைணவத்தின் மீதும் மதிப்பு கொண்டவர் திரு.வி.க. அதற்குக் காரணம் திருவேங்கட நாயகர் எனும் பாகவதர். அவருடைய கூட்டுறவால் திரு.வி.க.விற்கு வைணவ நூலாராய்ச்சியில் மிகுந்த ஆர்வமும் நாலாயிரத் திவ்விய பிரபந்தத்தில் வேட்கையும் எழுந்தது. ஆழ்வார் மொழியிலும், நாயன்மார் மொழியிலும் எந்த வேற்றுமையையும் காணவில்லை அவர். 'தமிழ்நாடும் நம்மாழ்வாரும்' நூலையும் 'திருமால் அருள்வேட்டலை'யும் எழுதினார்.

வைணவம் எவ்வாறாகத் தனக்கு தோன்றுகிறது என்று விளக்குகிறார் :

"விஷ்ணு எனும் சொல்லுக்கு 'வியாபகம்' - எங்கும் பரவியிருப்பது என்று பொருள்; விஷ்ணுவுக்கு தமிழ்ப் பெயர் இறை. எங்கும் இருப்பை உடையது இறை. வடநாட்டினர் விஷ்ணு என்றனர். தென்மொழியார் இறை என்றனர்" கடவுளின் பல தன்மைகளில் 'எங்கும் நிறைந்திருப்பது' என்பது ஒன்று. "எங்குமுள்ள ஒன்று எப்படி ஒரு சாரார்க்கு மட்டும் உரிமையுடையதாகும்? ஆகவே வைணவம் சமரசமுடையது" என்று தாம் தெளிந்ததாகக் கூறுகிறார்.

சில பிரிவினர்க்கு அவருடைய கருத்தில் உடன்பாடில்லை. ஆனால், தொழிலாளர்களுக்கு அத்தகைய வேற்றுமை உணர்ச்சி கிடையாது. சென்னையில் உள்ள ஒரு சபைக்கு அவர் உரையாற்றச் சென்றபோது, அங்கே கிடைத்த தொடர்புகளே பின்னாளில் தொழிலாளர் இயக்கம் சென்னையில் தோற்றம் கொள்ள அடிப்படை ஆனது என்பது வரலாறு.

"ஆண்டவனை நினைப்பதற்கு மனைவி, மக்களைத் துறத்தல் வேண்டும் என்றும் வீடு, வாசலை வெறுத்தல் வேண்டும் என்றும் நினைப்பது தவறு. உயிர்ச்சார்பையும், பொருட்சார்பையும் ஆண்டவன் நினைவுக்கு அரணாகப் பயன்படுத்தி வாழ்வதே சிறந்த இன்பவாழ்வு ஆகும். எனவே, ஆண்டவனால் அளிக்கப்பட்ட அவற்றை வெறுப்பது ஆண்டவனை வெறுப்பதாகும்," என்கிறார் திரு.வி.க.

"எந்தத் தொழிலும் செய்யலாம். ஆனால் அத்தொழிலில் பொய், பொறாமை முதலியவற்றைப் புகுத்தாது, நீதி, ஒழுக்கத்தைப் புகுத்தி வாழ வேண்டும்," என்கிறார்.

'இந்தியாவும் விடுதலையும்' என்கிற நூலில், மதம் என்ற பெயரால் சில இடங்களில் வேண்டாத வன்முறைகள் நிகழ்ந்து, தீங்கு நேர்கிற நிலையை மனம் வருந்திக் கூறியுள்ளார்.

மேலும், "எந்த மதமும் தீயொழுக்கத்தை அறிவுறுத்துவதில்லை. மனிதனிடமுள்ள மூர்க்கத்தைப் போக்கவே மதம் தோன்றியது. அம்மதத்தை மூர்க்கத்துக்கு இரையாக்குவது அறமற்றதாகும்" என்றும், "எந்த மதத்தை ஆராய்ந்தாலும் அதனடியில் அறமிருக்கும்; அருளிருக்கும். இவை இல்லாத மதமேயில்லை. ஆகவே, பூசலுக்குக் காரணம் மதம் என்று கொள்ளுதல் கூடாது. அதற்குக் காரணம் மத தர்மமற்ற மூர்க்கமேயாகும். மூர்க்கத்தை மதமாகக் கொள்ளுதல் தவறு," என்றும் எச்சரிக்கிறார்.

சிவனிய மதத்தவராகப் பிறந்த அவர், சமயம் குறித்த தம் சிந்தனைகளில், சைவ சமயம் பின்னர் சமரச நோக்கம், சன்மார்க்கமென்று பல வகைகளில் இக்கருத்துகள் மக்களிடம் சென்றுசேரப் பணிபுரிந்துள்ளார்.

இந்தியாவில் சமயவாழ்வு போலியாகி அதில் பொய்வேடம் கலந்து விட்டதென்றும், அறத்தைக் காக்க வேண்டிய கோயில்களும், மடங்களும் சீர்குலைந்து விட்டனவென்றும் அவர் வருத்தப்பட்டார்.

சமயத்தின் பொருள் அல்லது இலக்கு என்பது வீடுபேறு அடைவது என்று கருதப்பட்டு வந்த காலத்தில், அவர் சமயத்தின் தேவை என்பது சமுதாயத்தின் பயனுக்காகவே என்று கருதினார் என்பது அவருடைய கருத்துகளை நுட்பமாகக் காண்பவர்களுக்குப் புரியும்.

மேலும் பௌத்தம், கிறித்துவம் என்று பல மதங்களின் நற்போக்குகளை அனுசரித்து, ஆதரிப்பவராக அவர் விளங்கினார்.

"நபிகள் நாயகத்தின் பிறந்த நாளாகிய மிலாது நபியில் நபிகள் நாயகம் - திருநாவுக்கரசர் - விருஷப தேவர் ஆகிய மூவரையும் ஒருங்கிணைத்து இசுலாமியர் கூட்டத்தில் அவர்களும் மகிழ்ந்து ஏற்றுக் கொள்ளும் வகையில் பேசும் பேராற்றல் படைத்தவர் திரு.வி.க..." என்று பேராசிரியர் அ.ச.ஞானசம்பந்தம், முனைவர் ப.மகாலிங்கம் எழுதிய திரு.வி.க.வின் சமுதாய நோக்கு என்னும் ஆய்வேட்டின் அணிந்துரையில் குறிப்பிடுகிறார்.

சமண மதத்தின் மீதும் திரு.வி.க.-வின் ஆர்வம் படர்ந்தது. சமண நூல்களைப் பயின்றும், அதுபற்றித் தெரிந்தவர்களுடன் அளவளாவியும் அம்மதத்தைப் பற்றித் தெரிந்து கொண்டார். சைவமும், சமணமும் ஒன்றே என்றும், இடைக்காலத்திலேயே அவை பிரிவுற்றிருக்க வேண்டுமென்பதும் அவரது கருத்து. சமண மதத்தின் அடிப்படை, 'மற்ற உயிர்களைத் துன்புறுத்தாத இரக்கமே - பரிவே - மூலதர்மம் ஆகும்' என்பது, "தயையுடையோரெல்லாம் சமரச சன்மார்க்கம் சார்ந்தவரே!" என்னும் வள்ளலார் பெருமானின் பொன்மொழியை மேற்கோள் காட்டி "அகிம்சை எனும் தயையை வற்புறுத்தும் ஜைனம் சமரசமுடைய சன்மார்க்கமாகாதா?" என்று கேள்வி எழுப்புகிறார்.

சிறு வயதில், கதிரைவேல் பிள்ளை போன்றவர்களின் தொடர்பால் பௌத்த மதத்தின் மீது பெரும் வெறுப்பு கொண்டிருந்தவர் என்பது குறிப்பிடத்தக்கது.

பின்னர், பௌத்த தர்ம சாரத்தைப் பிழிந்தது போன்ற 'மணிமேகலை' காப்பியத்தைப் படித்த பிறகு, பௌத்தம் மீது

ஆர்வமும், நேயமும் கொண்டார். பௌத்தத்தைப் பற்றிய ஆங்கில நூல்களாலும், தர்மபாலர், கர்னல் ஆல்காட், ஜீனராஜதாசர் போன்றோரின் சொற்பொழிவுகளாலும் தெளிவடைந்தார். ஒரு புத்தத் துறவியிடம் பெற்ற 'திரிபிடக போதனை' அவருக்குப் பெருத்த ஊக்கம் தந்தது.

தொடர்ந்து பௌத்தம், தர்மம், சங்கம் பற்றி பல அவைகளில் பேசினார். 'மணிமேகலை' குறித்து அவர் நிகழ்த்திய சொற்பொழிவுகள் ஏராளம். 'தமிழ்நூல்களில் பௌத்தம்' என்கிற தலைப்பில் அவர் பேசிய பேச்சு, பின்னர் நூலாக வெளிவந்தது.

இஸ்லாமைப் பற்றி "அது ஒரே கடவுள் உண்மையை அறிவுறுத்துவது- சகோதர நேயத்தைச் சாற்றுவது," என்று அவர் கூறுகிறார்.

வெஸ்லியன் பள்ளியில் தலைமை ஆசிரியராகப் பணிபுரிந்த ஜான் இரத்தினம் அவர்கள் திரு.வி.க. அவர்களின் வாழ்க்கையைச் செப்பமாக்குவதில் பெரும் பங்காற்றியவர். வேறு பல கிறித்தவ நண்பர்களும் அவருக்கு இருந்தார்கள்.

மாணிக்கவாசகரின் திருவாசகமும், கிறித்துவின் சுவிசேசமும் கருத்தில் ஒன்றே என்பது அவர் கருத்து. தம் வாழ்க்கை கிறித்துவத்தினிடையிலும் வளர்ந்தது என்று குறிப்பிடுகிறார்.

"தரித்திரருக்குச் சுவிசேஷம் பிரசங்கிக்கப்படுகிறது" - மத்தேயு 11:5.

"நீதிமான்களையல்ல; பாவிகளையே மனந்திரும்ப வேண்டுமென்று அழைக்க வந்தேன்" - லூக்கா 5:32

போன்ற சுவிசேச வரிகள், விளிம்பு நிலை மக்களை நோக்கி அவருடைய தொண்டுள்ளம் திரும்புவதற்குக் காரணமாக அமைந்தன என்று கருதலாம்.

உணவு, உடல், உடை ஒழுக்கங்கள்

உணவு ஒழுக்கத்திலும், உடலைப் பாதுகாப்பதிலும் திரு.வி.க. மிகுந்த கவனம் கொண்டவராயிருந்தார். தேநீர், குளம்பி முதலிய பானங்களை அவர் ஒதுக்கி வந்தார். சூழ்நிலைக்கேற்ப கட்டாயமாக அவற்றிலொன்றைப் பருக நேரிட்டால் குமட்டல் அவரைத் தொல்லைப்படுத்தும்.

ஒருமுறை கண் வலியும், தலைவலியும் ஏற்பட்டபோது மருந்தைக் குளம்பி(காபி) யில் கலந்து பத்துநாள் குடிக்க வேண்டுமென மருத்துவர் பணித்தார். வேறு வழியின்றி அவர் பணிய வேண்டியதாயிற்று. "காபி பொல்லாதது; எவரையும், ஏமாந்தால் தன் வயப்படுத்தும் ஆற்றல் கொண்டது," என்று எச்சரிக்கும் திரு.வி.க. "என்னிடம் காபி தன் வாலை அவிழ்த்ததில்லை. நான் அதை அடக்கியே ஆண்டு வந்தேன். நா காக்கும் வல்லமை என்னிடம் இயற்கையிலேயே அமைந்திருந்தது," என்று மகிழ்ச்சியாகக் கூறுகிறார்.

"குளிர் நாட்டவரைப் பார்த்து வெம்மை நாட்டவர் புகை பிடித்தல், மது குடித்தல் போன்றவற்றை ஏன் பழகுதல் வேண்டும்?" என்று கேட்கிறார். "அரசாங்கம் கள்ளுக்கடையை ஒழிக்க முயன்றது போல சிகரெட், பீடிக் கடைகளையும், கொலைத் தொட்டியையும் ஏன் ஒழிக்க முயலவில்லை?" என்று ஏக்கம் கொள்கிறார்.

"டிராம், பஸ், ரெயில் முதலிய வண்டிகளின் நச்சுப் புகை நாளுக்கு நாள் பெருகுகிறது. அப்புகையைக் கண்டதும் நான் மூக்கில் துணியை வைத்து அடைத்துக் கொள்ளுவேன்" என்று அவர் எச்சரிக்கின்றார்.

சுற்றுச்சூழல் பற்றிய உணர்வு இல்லாத இப்போதைய இராயப்பேட்டை போன்ற நகர்ப்புற பகுதிகள் தோப்பும் துரவுமாக சிற்றூர்களாக இருந்த அக்காலத்திலேயே வாகனங்கள் விடும் நச்சுப்புகை பற்றி அவர் எச்சரித்திருக்கிறார் என்பது கவனிக்கத்தக்கது.

உணவுக்குப் பிறகு வெற்றிலை போடுவது நல்லது. வெற்றிலை, பாக்கு, சுண்ணாம்பு ஆகியவை உணவுச் செரிமானத்துக்கு உதவி புரிகின்றன. "உண்ணுஞ் சோறு பருகு நீர் தின்னும் வெற்றிலையுமெல்லாம் கண்ணனே என்று ஆழ்வாரே அருளியுள்ளார்" என்று குறிக்கும் திரு.வி.க. அவர்கள் "பழக்கமின்மை காரணமாக இத்தகைய சிறப்பு வாய்ந்த சத்துப் பொருட்களை நான் பயன்படுத்தாமல் விட்டுவிட்டேன்," என்று வருந்துவார்.

உணவு வகையில் சோதனைகள் பலவற்றில் அவர் இறங்கியிருக்கின்றார் திரு.வி.க. புளி, மிளகாயைச் சில காலம் வெறுத்து, பழச்சாறு, மிளகைச் சாப்பிட்டார். அவர் போகும் இடங்களில் எல்லாம் தனிச்சமையல் செய்யப்படும். இது அவருக்கு வருத்தத்தை உண்டு பண்ணும். பிறருக்குத் தொல்லை தரக்கூடாது என்பதற்காகத் தம் பழக்கத்தைப் பிறகு தளர்த்திக் கொண்டார்.

ஒரு வாரம் பழமும், பாலும் மட்டும் சாப்பிட்டுப் பார்த்தார். அடுத்த வாரம் வேறொரு நடைமுறை. உடல் கெடவில்லை. ஆனால்

தொண்டு பல புரிவதற்குரிய உடல் வலுவை அவை தருமா என்ற கேள்வி அவருக்குள் எழுந்தது.

காந்தியடிகள் பச்சைக் காய்கறிகளை உண்ணும் சோதனையில் இறங்கியபோது திரு.வி.க. அவர்களும் அதே முயற்சியில் இறங்கினார். இறுதியில் அடிகள் என்ன முடிவுக்கு வந்தாரோ அதே முடிவுக்கு இவரும் வந்தார்.

அதாவது, 'பச்சைக் காய்கறிகளை உண்பதில் பயிற்சி பெற வேண்டும். அப்பயிற்சியின்றி எந்த வயதிலும், நேரத்திலும் சாப்பிடத் தொடங்குவது தீங்கானது. உடல் நலத்துக்கு அதனால் கேடு உண்டாகுமென்பதே' அது. காய்கறிகளைச் சிறிதளவு வேக வைத்து சாப்பிடுவது நல்லது என்பது அவர் கண்ட தீர்வு.

உணவுச் சுவையை விட உடை ரசனை அவருக்கு அதிகமாக இருந்தது. சரிகைத் தொப்பியிலும், வெல்வெட் சட்டையிலும், சிறுவயதில் அவருக்கு ஆசை அதிகம். "அந்த ஆசை, வளர்ந்த பிறகு பெரும் பித்தாக மாறியது" என்றும் "செல்வ நிலை எனக்கு இடம் தந்திருந்தால் எவ்வளவோ பொருளை உடைக்கென்று நான் செலவு செய்திருப்பேன்; எளிமையான உடையைச் சிறிதே செப்பம் செய்து உடுத்து வாழ்ந்தேன்," என்றும் கூறுகிறார்.

அவருடைய குடும்பப் பொறுப்பை சிறு வயதில் தாயார் பார்த்துக் கொண்டார்; பின்னர், அண்ணன் கவனித்துக் கொண்டார். அதனால் பெட்டி, பூட்டு, திறவு முதலியனவற்றுக்கும் அவருக்கும் தொடர்பு இருக்கவில்லை. துணி வகைகளில் மட்டும் அவருக்கு நாட்டம் இருந்தது.

உடல் நலம் பேணுவதற்காக அவர் கடைப்பிடித்த பயிற்சி நடைப்பயிற்சி ஆகும். விடியற்காலை எழுந்து நண்பருடன்

தேனாம்பேட்டை ஏரி நோக்கி நடப்பார். ஏரியைச் சுற்றி நடந்து திரும்புவார்கள். கிட்டத்தட்ட ஐந்து கல் தொலைவுக்கு அவ்வாறு செல்வார்கள். தேனாம்பேட்டை ஏரி, தியாகராய நகராக உருமாறியபோது அவர்களுடைய காலை நடைப் பயிற்சி நின்றது. மாலை வேளைகளில் கடற்கரையில் நடக்கத் தொடங்கினார். பரந்த வெளிகளில், ஆற்றங்கரைகளில் காலார நடப்பதற்காகவே வெளியூர் நிகழ்ச்சிகளில் விருப்பத்துடன் கலந்து கொள்வார்.

வெளியூர் நிகழ்ச்சிகள் முடிந்து, இரவு தங்கி விட்டுத் தொடர் வண்டி நிலையத்துக்குக் கிளம்பும்போது, விடியல் நேரமாக இருப்பின் பறவைகளின் இனிய ஓசைகளையும், பனிப் பொழிவையும், இயற்கைக் காட்சிகளையும் துய்த்தபடியே நடக்கத் தொடங்கி விடுவார்.

நோயும் உடலாய்வுகளும்

ஒரு கட்டத்தில் நீரிழிவு நோயால் அவர் தொல்லைப்பட்டார். உடனே அந்நோயைப் பற்றி அறிந்து கொள்ள மேல்நாட்டு வல்லுநர்கள் எழுதிய புத்தகங்களை வரவழைத்துப் படித்து மேலும் விளக்கங்களைத் தெரிந்து கொள்ள முயன்றார். சில சோதனைக் கருவிகளை வரவழைத்துத் தாமே சோதனை செய்து பார்க்கத் தொடங்கினார்.

"நீங்கள் நோயைப் பற்றிய நூல்களைப் படிக்கக்கூடாது. நோய் எண்ணம், உள்ளத்தில் தங்கத் தங்க நோய் பெருகும்" என்று மருத்துவர் விளக்கிய பின்பு, அதிலுள்ள உளவியல் நுட்பங்களைப் புரிந்து கொண்டு, அம்முயற்சிகளைக் கை விட்டார்.

இன்றைக்கு மருத்துவ அறிவியல் வளர்ந்திருக்கிறது. ஒரு நோயைப் பற்றி விரிவாகத் தெரிந்து கொள்ள ஊடகங்களின்

பரந்த அளவிலான வளர்ச்சி உதவுகிறது. ஆனால், இவை எதுவுமில்லாத அந்தக் காலத்தில், நீரிழிவு நோயைப் பற்றிய அவரது விளக்கமான எழுத்து அவரது கூர்மையான சிந்தனைத் தெளிவைக் காட்டுகின்றது.

நகைச்சுவை உணர்விலும் அவர் சளைத்தவரல்லர். சிறு அகவையில் எட்டு மணி நேரமாக இருந்த உறக்கம் மெல்ல மெல்லக் குறைந்து மூன்று மணி நேரமாகிவிட்டது. இரவு உறக்கம் 12 மணிக்கு மேல்தான் தலைகாட்டும். ஒரு துளி தூக்கமும் இல்லாத இரவுகளில் சில நேரம் எழுதுவார். சில நேரம் படிப்பார். சில நேரம் சிந்தனையில் ஆழ்வார். அப்போதும் தூக்கம் வராது. அந்த நேரங்களில் என்ன செய்வார்?

அவரே சொல்கிறார்: "நான் சிவராத்திரி விரதியாவேன். ஆண்டொன்றில் பல சிவராத்திரிகளை வாழ்க்கையில் பெறுவோர் இருப்பின், அவருடன் என்னையும் ஒருவனாக உலகம் கொள்வதாக!" என்கிறார்.

தூக்கமுமில்லாத, விழிப்புமில்லாத அறிதுயில், அவருக்குச் சில நேரங்களில் இரவு இரண்டு மணிக்கு மேல் அமையும். மனோதத்துவம் சொல்லும் மேல்மனம், நடுமனம், அடிமனம் இவை அறிதுயிலில் அவருக்குச் செம்மையாக விளங்கியதாகவும், அந்நிலையில் காணாதன கண்டதாகவும், கேளாதன கேட்டதாகவும், உணராதன உணர்ந்ததாகவும் எழுதுகிறார்.

நீண்ட நேர உறக்கமின்மையைக் கண்டு அவரை சிலர் யோகி என்பர். திரு.வி.க. சொல்கிறார்: "நான் யோகியா? யோகம் என்று நான் ஒன்றிலும் ஈடுபடுவதில்லை. நான் எப்படி யோகியானேன்?" என்று கேட்டு, "காவியத்தில் ஆழ்தல்,

ஓவியத்தில் ஒன்றுதல், நூலெழுதுதல், ஆதவனில் மூழ்குதல், கடல், மலை முதலியவற்றில் கருத்திருத்திப் படிந்து திளைத்தல், இன்ன பிறவற்றில் தோய்தல் ஆகியவற்றில் நான் ஈடுபடுவது உண்டு. இந்த ஈடுபாடு யோகமாயின் நானும் யோகியே" என்றும் கூறுகிறார்.

தம்முடைய நுண்ணுடல் நாளுக்கு நாள் ஆக்கம் பெற்றாலும், பூத உடல் மெலிந்து வருவதை உணர்ந்தார். பாலாற்றங்கரையிலுள்ள சிற்றூர்கள் சிலவற்றில் சில நாள்கள் தங்கி உடல் நலத்தைத் தேற்றிக் கொண்டு வர அவர் விருப்பப்பட்டதுண்டு.

ஆனால், தம் முன்னுள்ள தொண்டுகள் பலவற்றை விட்டுச் செல்ல மனம் வராமையால், அவரால் அத்திட்டத்தைச் செயல்படுத்த முடியவில்லை. மேலும் 'தம்முடைய ஏழைமைக் குடிப் பிறப்பும் அக்கனவு நிறைவேறாததற்குக் காரணம் என்று வருத்தத்துடன் சொல்கிறார்.

அண்ணனுடைய குடும்பமும் பெரியது. அச்சுக் கூடத்திலிருந்தும், நூல்களிலிருந்தும் வந்த வருவாய் வாழ்க்கைப் பாட்டுக்கு போதுமானதாக இருந்தது. வளத்துக்கு உதவவில்லை. எனவே, ஓய்வெடுக்க தமையனார் வற்புறுத்தியும் திரு.வி.க. இசையவில்லை.

உடலோம்பலைப் பற்றித் தனியாக ஒரு புத்தகம் எழுதுவதற்காக நிறையக் குறிப்புகளைச் சேர்த்து வைத்திருந்தார் திரு.வி.க. அவற்றைத் தமையனாரின் பேத்தி - சிறு குழந்தை கிழித்துப் போட்டு விட்டது. அவருக்கு என்று வீட்டில் தனி அறை கிடையாது. குழந்தைகளும் மற்றவர்களும் புழங்கும்

அறையிலேயே அவர் தம் எழுத்து வேலையைச் செய்ய வேண்டியிருந்தது. அதன் விளைவுதான் மேலே கூறிய நிகழ்ச்சி.

குறிப்புகள் பாழான பின்னர் மீண்டும் நூலெழுத நாட்டம் வரவில்லை. ஆனால், உடலோம்பலைப் பற்றிய எஞ்சியிருந்த அவருடைய குறிப்புகள், அவர் எழுதிய வேறு சில நூல்களின் இடையே இடம் பெற்றன.

உடலோம்பலின் திறன்களைப் பற்றிப் பேசினாலும் பின்னர் முதுமையில் உடல் குறித்த அக்கறையின்மை அவருக்கு வந்துவிட்டது. "இளமையில் எதற்கும் இறைநினைவு தோன்றாமையும், முதுமையில் எதற்கும் அந்நினைவு வருவதும் இதற்குக் காரணம்" என்கிறார்.

தம் நிழல் படங்களைப் பற்றிக் கூட தம்முடைய கருத்துகளை அவர் பதிவு செய்திருக்கிறார். இளமை, நடுவயது, முதுமைக்கேற்ப தம்முடைய தோற்றம் மாறுதலடைந்திருப்பதைச் சொல்லித் துறைகள் பலவற்றில் ஈடுபட்ட தம்முடைய அகத் தோற்றத்திற்கேற்ப தம் புறத்தோற்றமும் மாறியிருக்கும் என்கிறார்.

அவருடைய மணி விழாவின் போது எடுக்கப்பட்ட ஒளிப் படங்கள் எல்லா இதழ்களிலும் ஒன்று போல இல்லை. மாறுபட்டிருந்தன. ஒரே வயதில், ஒரே நாளில் எடுக்கப்பட்ட ஒளிப் படங்களில் காணப்பட்ட வேற்றுமைக்குக் காரணம் தம் அகவழி, புறத்திலும் படிகின்றது என்று கருதுகிறார். "எனது புறப்படங்களில் என்னைப் பார்ப்பதைக் காட்டிலும், எனது நூல் படங்களில் என்னைக் காணுங்கள்!" என்று அன்பர்களுக்கு வேண்டுகோளும் வைக்கிறார்.

பதினெட்டு அகவையிலே மேடையேறி பேசத் தொடங்கிய அவர், ஏராளமான மேடைகளைக் கண்டார். காலம் செல்லச் செல்ல உடல் நலிவுற்றது. இதயத்தின் வலுக் குறையும் என்று நண்பர்கள் எச்சரித்தனர். அமைதியாக இருந்துவிடலாமா என்று நினைப்பார். அந்நேரம் ஏதேனும் கூட்டத்துக்கென அழைப்பு வரும். 'பேசும் ஆற்றல் உள்ளவரைக்கும் அதை நாட்டுக்குப் பயன்படுத்தல் வேண்டும்' என்று தம் பேசா நோன்பைக் கைவிடுவார்.

'உடலைப் பாதுகாத்து நலம் செய்வன, சூரியக் கதிர்கள், நல்ல காற்று, தூய நீர், பொருத்தமான எளிய உணவு' என்பனவற்றோடு நிற்கவில்லை அவர். உடலை, உயிரைச் சிறப்பாகப் பாதுகாக்கக்கூடிய ஆற்றலைத் தரும் நூல்களாக அவர் குறிப்பிடுவன திருவாசகமும், கிறிஸ்துவின் சுவிசேசமும். இவற்றை ஓதினால் அகந்தை அகன்று, இன்பத்தேன் பெருகுவதாகச் சொல்கிறார்.

நாட்டம் அறிவிலா? பொருளிலா?

செல்வ வாழ்வை விரும்பாவிடினும் அன்பர்கள் தரும் பரிசுப் பொருள்களை அவர்களுடைய மனம் கோணக்கூடாது என்பதற்காக ஏற்றுக் கொள்வார். பர்மா, மலேசியா முதலிய இடங்களிலிருந்து தாயகம் திரும்பும் அன்பர்கள் அவருக்கென நல்ல நல்ல படுக்கைகள், தலையணைகள், கம்புகள், விசிறிகள் போன்றவற்றை அன்புடன் கொண்டு வந்து தருவார்கள். ஆனால், வீட்டுக்கு வரும் நண்பர்கள் அவற்றை விரும்புவதாகத் தெரிந்தால் உடனடியாக அவர்களுக்குப் பரிசாகத் தந்து விடுவார். அது அவருடைய பழக்கம்.

ஸ்பென்சர் கம்பெனியில் தொடர்ந்து பணி புரிந்திருந்தால் பின்னாளில் பெரும் சம்பளம் பெற்றிருப்பார். வெஸ்லி கல்லூரியில் தொடர்ந்து ஆசிரியப் பணியிலிருந்திருந்தால் நனி சிறந்த பாடப்புத்தகங்கள் பலவற்றை எழுதியிருப்பார். செல்வம் குவிந்திருக்கும். அவர் பணியாற்றிய துறைகள் நிலையாப் பொருட் செல்வத்தை விட, நிலையான அன்பெனும் பழுதிலாச் செல்வத்தை அதிகம் தந்தவையாகும்.

அப்படியும் செல்வர் சிலர் அவருடைய பொருளாதார நிலையை உயர்த்த விரும்பினார்கள். அதை ஏற்க அவர் மனம் இசையவில்லை. ஆனால், அவரது மணி விழா 1943-இல் தமிழன்பர்களால் மிகச் சிறப்பாகக் கொண்டாடப்பட்டது. பெரியார், இராஜாஜி போன்றோரெல்லாம் மணி விழாக் குழுவில் இடம் பெற்றனர்.

முதலில் மணி விழாக் கொண்டாட்டங்களுக்குத் தடை போட்ட திரு.வி.க. பின்னர் 'பணமுடிப்பு வழங்கக் கூடாது' என்ற நிபந்தனையுடன் விழாவுக்கு ஒப்புக் கொண்டார். தமிழ் மக்கள் அவரைச் சீராட்டிப் பாராட்டித் தங்கள் நன்றியறிதலைத் தெரிவித்துக் கொண்டனர்.

திரு.வி.க. தேடிச் சேர்த்துக் கொண்ட அறிவுச் செல்வம் ஏராளம். அந்தச் செல்வத்தை, பேச்சென்றும், செயலென்றும், எழுத்தென்றும் அள்ளி அள்ளித் தமிழ் மக்களுக்கு கொடையாக அருளியுள்ளார். இஃதன்றி இயற்கையாகவே அவரிடம் சிறப்புக் கூறுகள் பல அமைந்திருந்தன.

முனைவர். ப. மகாலிங்கம் எழுதிய 'திரு.வி.க. வின் சமுதாய நோக்கு' எனும் ஆய்வேட்டின் அணிந்துரையில் பேராசிரியர்

அ.ச. ஞானசம்பந்தன் பின்வருமாறு திரு.வி.க.வின் அறிவாற்றலை வியந்து கூறுகிறார் :

"கதிரைவேல்பிள்ளை அவர்களிடம் மாணாக்கராக இருந்த திரு.வி.க. பத்தாவது வகுப்பைத் தாண்டவில்லை. வெறும் பள்ளிக் கல்வி என்ற முறையில் முன்னேறவில்லையே தவிர, அவர் கல்லாத கலையே இல்லை என்பதை அவருடைய சொற்பொழிவுகள் மூலம் அறிந்து கொள்ளலாம்.

"அவர் படித்த புத்தகங்களின் எண்ணிக்கையை வைத்துக் கொண்டு மட்டும் அவரைப் பேரறிஞர் என்று மதிப்பிடுவது சரியாகாது. எனக்குத் தெரிந்தவரை 1927 முதல் 1953வரையுள்ள கால் நூற்றாண்டுக்கும் மேற்பட்ட காலகட்டத்தில் அவர் பலப்பல நூல்களைக் கற்றார் என்று சொல்வதற்கில்லை.

"ஆனாலும் ஓர் அதிசயம்; முன் பின் படித்தறியாத ஆங்கில நூலாயினும் சில மணித்துளிகள் புரட்டி விட்டால் அந்த நூலை முழுமையாகக் கற்றவராகி விடுவார். அதைவிடச் சிறப்பு என்னவென்றால் மேலோட்டமாக புரட்டுவதைப் போல தோன்றினாலும், அத்தகைய நூல்களில் இடம் பெற்றிருக்கும் வியப்பைத் தர கூடிய, சில சமயங்களில் அதிர்ச்சியைத் தரக்கூடிய சில சிந்தனைகளைத் திரு.வி.க. எடுத்துக்காட்டுவது அவர்பால் வியப்பையும் மதிப்பையும் உண்டாக்கும்."

ஆளுமைப் பண்புகள்

திரு.வி.க.வின் ஆளுமை நமக்குத் தெளிவாக விளங்கும் வகையில் மேலும் சில கருத்துகளை பேராசிரியர் அ.ச.ஞா. மேற்படி அணிந்துரையில் தெரிவிக்கும்போது,

"திரு.வி.க. அவர்கள் பெரிய ஆலமரம் போன்றவர். இவர் காலத்தில் புலவர்கள், அரசியல்வாதிகள், சமயவாதிகள், இலக்கியவாதிகள் என்போர் தங்களுக்கென ஒரு கூட்டை அமைத்துக் கொண்டு அதனுள்ளேயே வாழ்ந்து விட்டனர். ஒரு கூட்டினுள் வாழ்பவர் அடுத்தக் கூட்டினுள் யார் வாழ்கிறார்கள் என்பதைத் தெரிந்து கொள்ள முயன்றதுமில்லை;

"ஒரு சிலர், தெரிந்து கொண்டாலும் வாதிடுவதற்கே அதனைப் பயன்படுத்தினர். சமயவெறியும், அரசியல் வெறியும் பேயாட்டம் ஆடிய அக்காலத்தில் திரு.வி.க., இவர்கள் அனைவரிடமும் தொடர்புவைத்துக் கொண்டு அவர்கள் வாழ்வில் புகுந்துப் புறப்பட்டார்.

"நம்மாழ்வார் போன்ற பெருமக்களின் பாடல்களைச் சைவர்கள் படிப்பதோ, கேட்பதோ மாபெரும் பாதகச் செயல் என்று கருதி, பேசி வந்த அக்காலத்தில், முதல் மாதத்தில் சைவ சித்தாந்த மகாசமாஜத்திலும், இரண்டாம் மாதத்தில் வைணவர் பேரவையிலும், மூன்றாம் மாதத்தில் சமண சங்கத்திலும் அதே போன்று கிறித்துவ, பௌத்தச் சங்கங்களிலும் 'சமரச-சன்மார்க்கம்' பற்றி சொற்பொழிவாற்றியவர் திரு.வி.க." என்று கூறுகிறார்.

இன்றைய காலகட்டத்தில் திரு.வி.க. அவர்களுடைய கருத்துகளின் பொருத்தப்பாடு என்ன? அவை கால ஓட்டத்தைத் தாண்டி நிற்கின்றனவா? கால வெள்ளத்தில் அடித்துச் செல்லப்படக் கூடியவையா? என்ற கேள்விகள் வாசகர்களுக்கு எழக்கூடும். அவற்றுக்கு பதிலுரைக்கிற வகையாக,

"வளர்ச்சியடைந்துவிட்ட இக்காலத்தில் அவருடைய கருத்துகள் பல எளிமையானவையாக, நியாயமானவையாகத் தோன்றக்கூடும். ஆனால் எழுபது ஆண்டுகளுக்கு முந்தைய தமிழகத்தில் இவை புரட்சிக் கருத்துகள். ஒரு சில கூட்டத்தார் திரு.வி.க. அவர்களை ஒதுக்கி வைக்கக்கூட முற்பட்டனர். எதற்கும் அஞ்சாமல் எந்தக் கூட்டத்திலும் தம் கருத்தை வெளியிட்டவர் திரு.வி.க." என்று பேராசிரியர் அதே அணிந்துரையில் அ.ச.ஞா. எழுதுகிறார்.

திரு.வி.க.வின் காலத்தில் 'அவருடைய பிள்ளை போல் வாழ்ந்தவர்' என்று தம்மைக் குறிப்பிடும் அ.ச.ஞா. மிகச் சுருக்கமாகக் கவிதைத் தெறிப்பு போல - திரு.வி.க.வின் 'வாழ்க்கை' குறித்த நிலைப்பாட்டை, "வாழ்க்கை என்பது நீண்ட தொடர்கதையே தவிர, சிறுசிறு துண்டுகளின் இணைப்பு அல்ல என்று கருதியவர், பேசியவர் திரு.வி.க." என்று வரைகோட்டுச் சித்திரமாகக் குறிப்பிடுகிறார். அந்தப் பேதமற்ற தன்மைதான், முழுமைதான் திரு.வி.க.

மேடைப் பேச்சிலே ஒரு காலத்தில் கொடிகட்டிப் பறந்தவர் திரு.வி.க. கட்சி மேடைகள், சமயப் பிரச்சார மேடைகள், தொழிலாளர் இயக்க மேடைகள் என்று ஏராளமான மேடைகள் - எதிலும் அவர் சோடை போனதில்லை.... இன்னும்.... இன்னும் என்று அந்தத் தமிழருவியின் பொழிவில் நனைய தமிழ்நாடு தவமிருந்தது.

மிகச் சிறந்த இதழாளராகவும் சாதனை புரிந்தவர் அவர்; ஐம்பத்தாறு புத்தகங்களை எழுதிக் குவித்த மிகச் சிறந்த எழுத்தாளர் அவர். பண்டித நடையும், கடுமையான மணிப்பிரவாள நடையும் புரண்ட அந்தக் காலத்தில் எளிய, இனிய

தமிழை எழுதியவர். சிறு சிறு எளிய சொற்றொடர்களின் மூலம், சரளமாகத் தவழ்ந்தோடும் ஆற்றின் இனிய ஓசையைக் கேட்கவல்ல நடையை உருவாக்கியவர்.

'நவசக்தி'யில் அவருக்கு உதவி ஆசிரியராக இருந்து, பின்னாளில் சிறந்த இதழ் ஆசிரியராகவும், புனைகதை உலகின் மன்னனாகவும் பன்முக ஆற்றல் கொண்ட எழுத்துவேந்தராகவும் உயர்ந்த 'கல்கி' எனும் இரா. கிருஷ்ணமூர்த்திக்கு அப்பெயர் வந்தது எப்படி?

தம்முடைய குருவான திரு.வி.க.விற்கு நன்றி செலுத்துமுகமாகவே 'கல்யாணசுந்தரனார்' என்ற பெயரிலுள்ள 'கல்' என்ற எழுத்துகளையும், தன் பெயரிலுள்ள முதலெழுத்தான 'கி' யையும் இணைத்து 'கல்கி' ஆனார் கிருஷ்ணமூர்த்தி. குருவுக்கு எத்தனை படையல்!

தூய தொண்டில் திரு.வி.க. எவருக்கும் சளைத்தவரல்லர். சாதி மத வேறுபாடு பாராட்டாதவர் என்று வரா. போன்றவர்கள் பாராட்டும் சீர்திருத்தக்காரராக திரு.வி.க. விளங்கினார். தொழிலாளர் இயக்கத்தின் காரணகர்த்தா; தேச பக்தர்; விடுதலைப் போராட்ட வீரர்; அரசியல் மேடைகளில் அனல் பறக்க கருத்துகளை எடுத்து வைத்தவர்; பெரியார், இராஜாஜி போன்ற ஏராளமான அரசியல் தலைவர்களோடு நெருங்கிப் பழகியவர்; ஆனால், கடைசிவரையிலும் அரசுத் தொடர்பான எந்தப் பதவியிலும் அமராதவர்.

எந்த இயக்கம் சார்பாக தமது அரசியல் கருத்துகளை முன்னெடுத்தாரோ அந்த இயக்கம் அவரைக் கண்டு

கொள்ளவில்லை. இருமுறை மட்டும் தொழிலாளர் சங்கத் தலைவராக இருந்திருக்கிறார்.

கடைசிவரை ஏழ்மை நிலையிலேயே வாழ்ந்திருக்கிறார். தமது ஏழ்மை நிலை குறித்த தாழ்வு மனப்பான்மை அவருக்கு இருந்திருக்கிறது. அதற்கு அமைவு சொல்லும் வகையில் 'எல்லாம் இயற்கை இறையின் கொடையளவு' என்று காரணத்தைச் சொல்வார்.

அவர் வெஸ்லி பள்ளியில் சிறிது காலம் பணி புரிந்த போது "என் தம்பி தொட்டாற் சுருங்கி.... தலைமை ஆசிரியர் நல்லவராக, அரவணைக்கும் சுபாவம் கொண்டவராக இருப்பதால் இத்தனை நாள் வேலையில் நீடிக்கிறான். இல்லாவிட்டால் எப்போதோ வேலையை விட்டிருப்பான்," என்று அவருடைய அண்ணன் சொல்வார்.

அவர் இன்னும் மேலே போகாததற்கு - அரசியல் வானில் அவர் மீது பதவி எனும் வெளிச்சம் படாததற்கு அவருக்கிருந்த கூச்சம், ஒதுங்கிப் போகும் தன்மை காரணமாக இருந்திருக்கலாமோ? என்று எண்ணத் தோன்றுகிறது.

நூறு ஆண்டுகளுக்கு முன்பு பிறந்து வாழ்ந்த ஒருவரை- ஐம்பது ஆண்டுகளுக்கு முன்பு மறைந்த ஒருவரை- அவருடைய படைப்புகள் மூலமாகவும் வாழ்க்கைக் குறிப்புகள் மூலமாகவும் அறிய நேர்கிற ஒருவருக்கு வேறு காரணங்கள் புலனாகலாம்.

தம் வாழ்க்கைக் குறிப்பின் ஒவ்வொரு படலத்தின் இறுதியிலும் அவர் சில கேள்விகளைத் தமக்குத் தாமே கேட்டுக் கொள்கிறார்.

தம்மை ஸ்பென்சர் கம்பெனி வேலையை விடச் செய்தது எது?

வெஸ்லி கல்லூரியில் ஆற்றி வந்த பணியை விட்டது, இதழ் நடத்தும் நோக்கம் கருதி மட்டுந்தானா?

அரசியல் வாழ்க்கை அறநெறிப்பட்டதாக இயங்குமா?

சமரச சன்மார்க்க அரசியல் சாத்தியமா?

தம்முடைய இல்வாழ்க்கைத் துணையும், சேய்களும் குறுகிய காலத்திலேயே தம்மை விட்டு மறைந்ததற்கான காரணமென்ன?

இச்சை ஏன் பிறவியில் எழுகிறது?

தன்முனைப்பற்ற இறை ஏன் தொண்டு செய்கிறது?

என்று பல கேள்விகளை அவர் கேட்டுச் செல்கிறார்.

டால்ஸ்டாயின் 'தன் தூய்மைபடுத்தலை'யும் ந. பிச்சமூர்த்தி குறிப்பிடும் 'பாம்பு சட்டை உரித்தல் போல மனிதன் தன்னைப் புதுப்பித்துக் கொள்ளலை'யும் நினைவூட்டும் கேள்விகள் அவை; அடிப்படையான கேள்விகள். வாழ்க்கை குறித்து காலம் காலமாகக் கேட்கப்பட்ட கேள்விகள்; கேட்கப்படப்போகும் கேள்விகள்; தேடல் கொண்ட கேள்விகள்.

அந்தக் கேள்விகள்தாம் அவரை ஸ்பென்சரிலிருந்து வெஸ்லி கல்லூரிக்கும், அங்கிருந்து இதழ்ப் பணிக்கும், பின்னர் தொழிற்சங்கப் பணிகளுக்கும், அரசியலுக்கும் அழைத்துச் சென்றிருக்கும்.

தேடல் கொண்டவன் எங்கும் அமர முடியாது. தன்னை நிலைப்படுத்திக் கொண்டுவிட்டால், ஓட்டத்தைத் தொடர

முடியாது என்று அவன் உள்ளுணர்வு சொல்லும் போலும். இந்த உண்மையுடன் நாம் திரு.வி.க. அவர்களைப் பொருத்திப் பார்க்கலாம்.

அத்தகைய தேடல் கொண்டவர் திரு.வி.க. அத்தேடல் ஒரு தொடர் ஓட்டம். இணைப்புக் கண்ணி. கேள்விகளுக்கு உடனடியாக விடைகள் கிடைத்து விடா; சற்றுப் பின்னால் கிடைக்குமென்றும் சொல்ல முடியாது. ஆனால், திரு.வி.க. ஆற்றிய அரிய பணி, அத்தொடர் ஓட்டத்தைப் புரிந்துகொள்ள- அத்தொடர் ஓட்டத்தில் தன்னையும் இணைத்துக் கொள்ள - தனிமனிதனுக்கு ஊக்கமளிப்பதாகும்.

திரு.வி.க.வின் புகழ்

1953 செப்டம்பர் 17-இல் அவரது ஊனுடம்பு மறைந்தது; அவர்தம் வாழ்க்கை தரும் பாடத்தால் நம் உள்ளுணர்வு நிறைகிறது. திரு.வி.க.வின் நூல்கள் நாட்டுடைமை ஆக்கப்பட்டன. அவருடைய பெயரிலுள்ள திரு என்பது குறிக்கின்ற திருவாரூரைக் குறிப்பதாகும். அவ்வூரில் த.சரவணத் தமிழனார் தலைமையில் தமிழன்பர்கள் பணம் திரட்டி திரு.வி.க. சிலையை நிறுவினார்கள்.

அந்தச் சிலையை 2.12.73 அன்று தவத்திரு குன்றக்குடி அடிகளார் தலைமையிலும் தமிழறிஞர்கள் கா.அப்பாத் துரையார், பாவாணர், சுத்தானந்த பாரதியார், கி.ஆ.பெ.விசுவநாதம், பாவலரேறு, திருக்குறள் முனுசாமி, நாரண. துரைக்கண்ணனார் முதலிய பலர் முன்னிலையிலும் முதலமைச்சர் கலைஞர் கருணாநிதி திறந்து வைத்தார்.

அன்று முழுவதும் திரு.வி.க.வின் தொண்டும் பணிகளும் குறித்து ஆய்வரங்கு, பாட்டு பட்டிமன்றம் முதலிய இலக்கிய நிகழ்ச்சிகள் நடைபெற்றன.

1983-இல் அவருடைய நூற்றாண்டு விழாவைத் தமிழ்நாடு அரசும் தமிழமைப்புகளும் தமிழ்நாடு முழுக்கக் கொண்டாடி அவரது பணிகளை தமிழ் மக்களுக்கு நினைவூட்டின.

திரு.வி.க.வின் தூய தொண்டினைச் சிறப்பித்து, 'திரு.வி.க. எனும் தெய்வம்' என்னும் தலைப்பில் பாவலரேறு பெருஞ்சித்திரனார் இயற்றிய நீண்ட பாடலில்,

> "மணவழ கர்க்கு நூற்றாண்டு, விழா!
> மணக்க மணக்க நடந்தது நாட்டில்!"

என்று இந்நூற்றாண்டு விழா பற்றிக் குறிப்பிடப் பெற்றுள்ளது. மேலும் இப்பாடலில் திரு.வி.க.வின் சிறப்புகளைக் குறிப்பிடும் வரிகளுள் சில வருமாறு :

> "குணமே வியஒரு கொள்கையின் குன்றம்;
> குற்றமில் லாதஓர் வாழ்க்கையின் கூறு, அவர்!
> கையைக் கறைசெயா துடல்நலம் கருதாது
> காலம் முழுதுமே கடமைகள் ஆற்றிட
> வையத்துள் வாழ்வாங்கு வாழ்ந்தநல் தெய்வம்!
> பணியுமாம் பெருமை எனும்பைந் தமிழ்க்குப்
> பயில்வுரை எழுதிப் பதிப்புரை தந்தவர்
> தணியாத் தமிழ்விடாய், தளர்வுறாக் கால்கள்,
> தாழ்விலாச் செய்கை, தகைவுசேர் பயனுரை,

அணியம் தமிழ்க்கெனும் அருமை நூல்கள்
அயர்வுறா தேழையர்க் கலைந்து திரிந்து
மணியும் நேரமும் காலமும் பாராது
மக்கட் குழைத்த மணவழக னாரே
வாழ்க திரு.வி.க.!"

நன்முத்துகள்

'வாழ்க்கைக் குறிப்புகள்' நூலில் இடம் பெற்றுள்ள சில முத்துக்கள்:

"வாழ்க்கையில் வெற்றியும் பேசப்படுகிறது. தோல்வியும் பேசப்படுகிறது. வெற்றி வாழ்க்கை எது? தோல்வி வாழ்க்கை எது? பதவி, பொருள் முதலியவற்றில் படிப்படியே உயர்ந்தோர் வாழ்க்கை வெற்றியுடையதென்றும், மற்றவர்கள் வாழ்க்கை தோல்வியுடையதென்றும் பொதுவாகக் கருதுகின்றார்கள்.

வாழ்க்கையின் வெற்றி, பதவி பொருள் முதலியவற்றில் விளைவது உண்மையாயின், என்னுடைய வாழ்க்கை முழுத்தோல்வியுடையதென்று தயங்காது சொல்வேன். வாழ்க்கையில் வெற்றி என்பதும் தோல்வி என்பதும் எனக்கு வேறுவிதமாகத் தோன்றுகின்றன.

எவருடைய வாழ்க்கையில் அறிவு படிப்படியே வளர்ந்து எவ்வுயிரும் பொதுவெனும் தெளிவு தோன்றித் தம் உயிரே பிற உயிரும் என்னும் உணர்வு பொங்கித் தொண்டு செய்யும் அன்புச் செல்வமாகிய செந்தண்மை அமைகிறதோ, அவர் வாழ்க்கை வெற்றியுடையதென்றும், மற்றவர் வாழ்க்கை

தோல்வியுடையதென்றும் எனது கல்வி, கேள்வி, ஆராய்ச்சி, அனுபவம் முதலியன எனக்கு உணர்த்துகின்றன."

○

"பள்ளியில் படித்து வருங்கால், மாணாக்கர் வேறு துறைகளில் கருத்து செலுத்துதல் ஆகாது என்று நான் அவர்களுக்கு அறிவு கொளுத்துவதை எனது கடமைகளுள் ஒன்றாகக் கொண்டுள்ளேன்."

"பிள்ளைகளை நல்வழியில் பண்படுத்தப் பெற்றோரும், நல்லாசிரியன்மாரும் கடமைப்படுதல் வேண்டும் என்று வலியுறுத்துகிறேன். நல்வழியில் பண்படுத்தலென்பது பிள்ளைகளை விளையாட விடாது அடைத்து வைப்பதாகாது. பிள்ளைகளை ஆடவிடாது அடைத்து வைப்பது, அவர்கள் அறிவைச் சிறைப்படுத்துவதாகும். விளையாடாத பிள்ளைகள் வெம்பிச்சாம்பி விழுவர். பிள்ளைகளை விளையாட விடுத்து பண்படுத்துவதே அறிவுடைமை."

○

ஒரு முறை ஞானியாரடிகள், திரு.வி.க. அவர்களிடம் "நீங்கள் ஏன் செல்வரை அருவருக்கிறீர்கள்?" என்று கேட்டதற்குத் திரு.வி.க. கூறியது : "நான் செல்வரை அருவருப்பதில்லை. செல்வம் ஒரேயிடத்தில் திரள்வதை அருவருக்கிறேன். செல்வரிடம் பொருளுக்குச் செல்வதில் எனக்கு அருவருப்புண்டு."

○

"எனது செயல் தவறு என்று நான் உணர்வனேல், உடனே 'தவறு' என்று பறையறைவேன். தவறு என்று உணர்ந்தும் அதை வெளியிட இணங்காத மனமுடைய ஒருவன் மனிதனாகான்"

○

"பௌத்தத்தின் போதனைகளுள் உயிர் போன்றது சீலம். சீலத்தைச் சீறும் சமயம் ஏதேனும் உண்டா? எல்லாச் சமயங்களினூடும் புகுந்து நிற்பது சீலம். சீலமுள்ள இடங்களில் எல்லாம் பௌத்தமும் இருக்க வேண்டுமென்று விளங்க வேண்டுவதில்லை. பௌத்தத்தின் சமரசம் எனக்குச் செவ்வனே விளங்கிற்று. பௌத்தமும் சமரச சன்மார்க்கம் என்பது தேற்றம்."

○

"முறையீடும் அழுகையும், மன்னிப்பும் மிகுந்த மாணிக்கவாசகர் மொழிகள் ஒன்றன் பின் ஒன்றாக என் நெஞ்சில் உற்றன. மாணிக்கவாசகரின் திருவாசகமும், கிறித்துவின் சுவிசேசமும் கருத்தில் ஒன்றாகவே நின்றன."

○

"தொண்டு இருவகை. ஒன்று பயன் கருதுவது. மற்றொன்று பயன் கருதாதது. முன்னையது இல்வாழ்க்கையில் தலைப்படுவதற்கு முன்னர் நிகழ்வது. பின்னது அவ்வாழ்க்கையில் தலைப்பட்ட பின்னர் படிப்படியே நிகழ்வது."

○

"ஏழைகளின் தொகையைப் பெருக்கி அவர்கட்குச் சோறு, கூரை வழங்குவது சீவகாருண்யம் என்று கருதப்படுகிறது. அது தவறு. ஏழைகள் தொகையைப் பெருக்குவதைவிட ஏழைமையைப் போக்க முயல்வதே அறம்"

○

"தன்முனைப்பற்ற இடத்தில் விளைவது தொண்டு என்று சுருங்கச் சொல்கிறேன்.

"கடவுளின் கடந்த நிலையை நான் விழைகின்றேனில்லை; கலந்த நிலையையே விழைகின்றேன். ஏன்? கடந்த நிலை பிறவி வேரை அறுப்பது. பிறவிவேர் அறுந்தால் தொண்டுக்கு இடமில்லாமல் போகும். எனக்குத் தொண்டு - சன்மார்க்கத் தொண்டு தேவை. அதற்கென்று பல பிறவிகள் எடுத்தாலும் எனது வேட்கை தணியாது. ஆதலின் நான் கடவுள் எல்லாவற்றிலும் கலந்த சன்மார்க்கத்தைப் பேசியும் எழுதியும் வருகின்றேன்."

திரு.வி.க.வின் படைப்புகள்

| எண். | நூற்பெயர் | ஆண்டு |

வாழ்க்கை வரலாறுகள்

1. கதிரைவேற் பிள்ளை அவர்கள் சரித்திரம் - 1908
2. மனித வாழ்க்கையும் காந்தியடிகளும் - 1921
3. பெண்ணின் பெருமை அல்லது வாழ்க்கைத் துணை - 1927
4. நாயன்மார் வரலாறு - 1937
5. முடியா? காதலா? சீர்திருத்தமா? - 1938
6. உள்ளொளி - 1942
7. திரு.வி.க. வாழ்க்கைக் குறிப்புகள் - 1944
8. இன்ப வாழ்வு - 1925

உரை நூல்கள்

9. பெரியபுராணம் (குறிப்புரையும் வசனமும்) - 1907 - 1910
10. பட்டினத்துப் பிள்ளையார் திருப்பாடற்றிரட்டும் பத்திரகிரியார் புலம்பலும் (விருத்தியுரை) - 1923
11. காரைக்காலம்மையார் திருமுறை குறிப்புரை - 1932
12. திருக்குறள் விரிவுரை - இரு பகுதிகள் பாயிரம்/ அறத்துப்பால் - இல்வாழ்க்கை இயல் - 1939

அரசியல் நூல்கள்

13. தேசபக்தாமிர்தம் - 1919
14. என் கடன் பணி செய்து கிடப்பதே - 1921
15. தமிழ்த் தென்றல் அல்லது தலைமைப் பொழிவு - 1928

16. சீர்திருத்தம் அல்லது இளமை விருந்து	-	1930
17. தமிழ்ச்சோலை அல்லது கட்டுரைத் திரட்டு இரு பகுதிகள்	-	1935
18. இந்தியாவும் விடுதலையும்	-	1930
19. தமிழ்க்கலை	-	1953

சமய நூல்கள்

20. சைவ சமய சாரம்	-	1921
21. நாயன்மார் வரலாறு	-	1937
22. தமிழ்நாடும் நம்மாழ்வாரும்	-	1923
23. சைவத்தின் சமரசம்	-	1925
24. முருகன் அல்லது அழகு	-	1925
25. கடவுள் காட்சியும் தாயுமானவரும்	-	1928
26. இராமலிங்க சுவாமிகள் திருவுள்ளம்	-	1929
27. தமிழ் நூல்களின் பௌத்தம்	-	1929
28. நினைப்பவர் மனம்	-	1930
29. இமயமலை அல்லது தியானம்	-	1931
30. சமசர சன்மார்க்க போதம்	-	1933
31. சமரச தீபம்	-	1934
32. சமரச சன்மார்க்கத் திறவு	-	1934
33. சித்த மார்க்கம்	-	1937
34. ஆலமும் அமுதமும்	-	1944
35. பரம்பொருள் அல்லது வாழ்க்கை வழி	-	1949
36. திருமந்திரம் (பார்வை)	-	1909
37. அருணாசலப் புராணம் (சில சேர்க்கை)	-	1915
38. குசேலோபாக்கியானம் - குறிப்புரை (முதல் இரண்டு அத்தியாயங்கட்கு மட்டும்)	-	1915

39. *திருநாவுக்கரசு சுவாமிகள் தேவாரம் - முதல் திருமுறையும், அரும்பதவுரையும், சாத்திரக் குறிப்பும் (100ஆம் பக்கம் வரை)* - *1919*
40. *மகாபாரதம் (வில்லிபுத்தூரார்) - பார்வை* - *1923*
41. *சைவத் திறவு* - *1929*

சமய பாடல்கள்

42. *உரிமை வேட்கை அல்லது நாட்டுப் பாடல்* - *1931*
43. *முருகன் அருள் வேட்டல்* - *1932*
44. *திருமால் அருள் வேட்டல்* - *1938*
45. *பொதுமை வேட்டல்* - *1942*
46. *கிறிஸ்துவின் அருள் வேட்டல்* - *1945*
47. *புதுமை வேட்டல்* - *1945*
48. *சிவனருள் வேட்டல்* - *1947*
49. *கிறிஸ்து மொழிக்குறள்* - *1948*
50. *இருளில் ஒளி* - *1950*
51. *இருமையும் ஒருமையும்* - *1950*
52. *அருகன் அருகே அல்லது விடுதலை வழி* - *1951*
53. *பொருளும் அருளும் அல்லது மார்க்சியமும் காந்தியமும்* - *1951*
54. *சித்தந் திருந்தல் அல்லது செத்துப் பிறத்தல்* - *1951*
55. *முதுமை உளறல்* - *1951*
56. *வளர்ச்சியும் வாழ்வும் அல்லது படுக்கைப் பிதற்றல்* - *1953*

துணை நூற் பட்டியல்

1. *திரு.வி.க. வாழ்க்கை வரலாறு (சுயசரிதம்)*
   (பூம்புகார் பதிப்பகம், சென்னை)

2. *தமிழ்ப் பெரியார்கள்*
   - வ.ரா.
   (மணிவாசகர் பதிப்பகம், சென்னை)

3. *அருட்பா - மருட்பா*
   - ப. சரவணன்
   (தமிழினி பதிப்பகம், சென்னை)

4. *உரைநடை வளர்த்த மூவர்*
   - சி. சுவாமிநாதன்
   (இராஜமரகதம் வெளியீடு, சென்னை)

5. *திரு.வி.க. என்னும் தீந்தமிழ் அந்தணர்*
   -இரா. இளங்குமரன்
   (பூவிழி பதிப்பகம், சென்னை)

6. *திரு.வி.க.வின் சமுதாய நோக்கு*
   - முனைவர். ப.மகாலிங்கம்
   (செல்வம் பதிப்பகம், சென்னை)

மற்றும் திரு.வி.க. அவர்களின் படைப்புகள்.